INSIGHT PUBLICA®

INSIGHT PUBLICA®
Nadakkave, Kozhikode, Kerala
www.insightpublica.com
e-mail: insightpublica@gmail.com
Atithi Devo Bhava
(Malayalam Stories)
MS Kumar
First Edition :March 2016

ISBN 978-93-85899-16-4

അതിഥിദേവോഭവഃ

എം.എസ്. കുമാർ

INSIGHT PUBLICA

ഉള്ളടക്കം

1945-ൽ പാലക്കാട് ജില്ലയിലെ പട്ടാമ്പിക്കടുത്ത് ഞാങ്ങാട്ടിരി ഗ്രാമത്തിൽ ജനിച്ചു. പിതാവ് ശങ്കുണ്ണി എഴുത്തച്ഛൻ, അമ്മ ജാനകിയമ്മ, 1968 മുതൽ ഞാങ്ങാട്ടിരി എ.യു.പി സ്കൂളിൽ അധ്യാപകൻ. 2000-ൽ വിരമിച്ചു. കേരള സ്റ്റേറ്റ് ലൈബ്രറി കൗൺസിൽ ഭരണസമിതി, ഗ്രന്ഥലോകം, തളിര് പ്രതാധിപ സമിതി, തത്തമ്മ ബാലമാസിക പത്രാധിപസമിതി എന്നിവയിൽ അംഗം.

ഉടുക്ക്, മന്ദാകിനിയുടെ ഗാനം, സർഗ, അത്രമേൽ സ്നേഹിക്കയാൽ, മിഴിയോരം വഴിയോരം, സുന്ദരിപ്പാമ്പ്, കുഞ്ഞൻപക്ഷി, മിടുക്കൻ ബാബു, പൂത്താങ്കിരി, സിനിമാനടൻ കുഞ്ചു, ഉണ്ണിരാമൻ ഉണർന്നു, സ്വർണ്ണത്തുമ്പി, മിഠായി മണിയൻ, ശാരി, നിലാവിന്റെ അപ്പൂപ്പൻ, അല്ലിറാണി, കല്ല്യാണകുരുവി, പീലിക്കാവടി, കഴുതമന്ത്രി, കുക്കു, നിലാത്തിരി, ഗൂഗ്ലി, പൂള്ളിനങ്ങി, മനസ്സറിയും കിളി., വാകമരത്തിലെ പക്ഷികൾ, സ്റ്റോമി, മകുടി, കളിമാമൻ, കുടുകുടുവണ്ടി, കുറുക്കൻ കഥകൾ, കളിവീണ, ആമക്കുട്ടൻ ഡോട്ട്കോം, മഞ്ചാടിമാല, ലോകം കീറിയ കുട്ടി, ചെമ്പൻ കുറുക്കനും വെള്ളിമുയലും, ആനമീശ, ചിത്രശലഭങ്ങളുടെ ഉണ്ണി, സൈബർമേരേജ്, പാക്കനാർ, പൂവിളിക്കുന്ന്, കുഞ്ഞിക്കുറുക്കൻ, ഇമെയിൽ, മൊബൈൽ മുയലുണ്ണി തുടങ്ങി 75 കൃതികളുടെ കർത്താവ്.

പുരസ്കാരങ്ങൾ

1981 മാമൻ മാപ്പിള നോവൽ അവാർഡ് (ഉടുക്ക്) 1989 കേന്ദ്രസാംസ്കാരിക വകുപ്പ് ഫെല്ലോഷിപ്പ്. നോവൽ (മന്ദാകിനിയടെ ഗാനം) 1990-ലെ ഇന്ത്യൻ ശിശു വിദ്യാഭ്യാസ കൗൺസിൽ- നാഷണൽ അവാർഡ് (സമഗ്രസംഭാവന- ബാലസാഹിത്യം) 1991 അധ്യാപക കലാവേദി അവാർഡ് - കഥ - ആരോ മരിച്ചിട്ടുണ്ട്, 2002 ചെറുകാട് അവാർഡ് ആനമീശ (ബാലകഥാസമാഹാരം) 2003-ലെ അബുദാബി ശക്തി അവർഡ് പുള്ളിനങ്ങി (നോവൽ) 2006 പി.ടി.ബി ബാസാ അവാർഡ് (കളിവീണ) അറ്റ്ലസ്-കൈരളി അവാർഡ് ഉണ്ണിക്കണ്ണന്റെ വരവ് (2010).

പത്നി : പി.ആർ. കമലം
മക്കൾ : ദീപ, ദിലീപ്
വിലാസം : സർഗ, ഞാങ്ങാട്ടിരി
പട്ടാമ്പി - 679303
ഫോൺ : 0466 2313950,9744166615

എം. എസ് കുമാർ

മഞ്ഞരളിപ്പൂക്കളുടെ പ്രണയം

കാലത്തേ നടത്തത്തിനിറങ്ങുമ്പോൾ തൊപ്പി ധരിക്കുന്നതിന് നമ്പ്യാര് മാഷക്ക് രണ്ടുദ്ദേശമാണുള്ളത്. മഞ്ഞു കൊള്ളില്ല. കഷണ്ടി കാണില്ല.

ഹൃദയത്തിലെ ആന്റിയോപ്ലാസ്റ്റ് സ്റ്റെന്റിങ് ഓപ്പറേഷനു ശേഷം ജലദോഷം ബാധിക്കുന്നത് മാഷ്ക്കേറെ ഭയമാണ്. കഫക്കെട്ടുവന്നാൽ ശ്വാസതടസ്സമായി. ശ്വാസകോശത്തിൽ ജലകണങ്ങൾ ബ്ലോട്ടു ചെയ്യുമ്പോൾ കറകറ ശബ്ദമുണ്ടാകും. ഉടനെ ആസ്പത്രിയിലെത്തി ഓക്സിജൻ മാസ്ക് വച്ച് ശ്വസനം നോർമലാക്കണം. ഇതിനിടയിലാണ് ധർമസങ്കടം. ശ്വസിക്കാനാകാതെ എരിപൊരികൊള്ളും.

രണ്ട് തവണ മരണത്തെ അടുത്തുകണ്ട അനുഭവം കരുതലോടെ നീങ്ങാനദ്ദേഹത്തെ പഠിപ്പിച്ചു. ഡയബറ്റിക് ബാധിച്ച മുതൽ ശീലമാക്കി യതാണ് രാവിലെ അരമണിക്കൂർ നടത്തം.

അഞ്ഞൂറു പോയിന്റിലെത്തിയ ബ്ലഡ്ഷുഗർ എഴുപത്തഞ്ചിലെത്തി നിൽക്കുന്നു. ഹൃദയ ശസ്ത്രക്രിയ ചെയ്ത ഡോക്ടർ സോമനാഥിന്റെ നിർദേശത്തിലുള്ള പതിനഞ്ച് ഗുളികകൾക്ക് മുമ്പ് എഴുന്നേറ്റയുടൻ അര ഔൺസ്, 'നിംബാദി' കഷായം കഴിക്കും. പ്രമേഹം കൂടാതെ അവൻ കാക്കുന്നു.

കാലത്ത് അഞ്ചര മുതലാരംഭിക്കുന്ന നടത്ത ആറുമണിവരെ, ഉൾ നാട്ടിലെ റോഡിലൂടെയുള്ള യാത്രക്കൊരു പ്രത്യേക അനുഭൂതിയാണ്. പുതിയ പൂക്കളുടെ മണം. ശുദ്ധവായു. പൊടിപടലങ്ങളോ ദുർഗന്ധമോ ഉണ്ടാവില്ല.

പതിവു നടത്ത സുഹൃത്തുക്കളെ കണ്ടുമുട്ടാറുണ്ട്. നാലഞ്ചു സ്ത്രീകളും തന്റെ വഴിയിലെ പതിവു സഞ്ചാരികളാണ്. തല മൂടി നടക്കുന്ന അവരെ കണ്ടാലറിയില്ലെങ്കിലും അവരിങ്ങോട്ടറിയുമെന്ന് തോന്നാറുണ്ട് പുരുഷ സഹചാരികൾ പിന്നിലായോ മുന്നിലായോ എതിർദിശയിലോ ഒക്കെയായിരിക്കും.

നാട്ടിലെ പഞ്ചായത്തു റോഡിൽ നിന്ന് മെയിൻ റോഡിലേക്കുള്ള കയറ്റം കയറിയാൽ ഒന്നു നിൽക്കും. അൽപം നടന്ന് വലത്തോട്ടു തിരിയും അപ്പോഴേക്കും നാലോ അഞ്ചോ കൂടു വണ്ടികളും ഏതാനും ബൈക്കുകളും കുതിച്ചു പാഞ്ഞു വരുന്നുണ്ടാകും. രാവിലെ പട്ടാമ്പി സ്റ്റേഷനിലെത്തി നിൽക്കുന്ന കോയമ്പത്തൂർ പാസഞ്ചർ ട്രെയിനിൽ നിന്നിറക്കിയ മീൻകുട്ടകൾ വിലപേശി എടുക്കാനാണീ മൽസര ഓട്ടം.

തിരിവിൽ നിന്നു നീങ്ങുമ്പോൾ ഇടതു ഭാഗത്തേക്കൊന്നു നോക്കും. ആ തട്ടുകടയിൽ നിന്ന് പുതിയ ദോശയുടെ എണ്ണ മണവും മസാലക്കറിയുടെ എരിവു മണവുമുയരുന്നുണ്ടാകും. അപൂർവ ദിവസങ്ങളിൽ മുണ്ടുമടക്കിക്കുത്തി ഇറങ്ങിവരുന്ന വി.ജി.പിള്ളിയെക്കാണം.

വി. ഗോപാലപിള്ള പണ്ഡിതനും പ്രഭാഷകനും ബുദ്ധി ജീവിയുമാണ്. എല്ലാവർക്കും ആരാധ്യൻ. അതികലശലായ പ്രമേഹ രോഗമുള്ള വി.ജി പതിവായി നടക്കുന്നു. ഭക്ഷണ വസ്തുക്കൾ വി.ജി.യുടെ ദൗർബല്യമാണ്. കുട്ടന്റെ തട്ടുകടയിലെത്തുമ്പോൾ വി.ജി. പ്രമേഹമെല്ലാം മറന്ന് രണ്ടോ മൂന്നോ വെള്ളപ്പുട്ടും കടലക്കറിയും കൂട്ടി തട്ടിവിടും. ആരും കാണുന്നില്ലെന്നായിരിക്കും ഭാവം.

വീട്ടിലെത്തിയാൽ മകൾ നന്ദിനിയും മരുമകൻ കേശവനുണ്ണിയും അച്ഛന്റെ കൊച്ചുകള്ളത്തരം കണ്ടുപിടിക്കും: വീട്ടിലേക്കു കയറുമ്പോൾ വി.ജി. ഒരു ഏമ്പക്കം പുറപ്പെടുവിക്കും.

ഇന്ന് തട്ടുകട കുട്ടനെ കണ്ടു അല്ലേ...

അതിപ്പോ.... പ് പ് പിന്നെ.... പിന്നെ....

കുട്ടിയൊന്നുമല്ലല്ലോ പറഞ്ഞു മനസ്സിലാക്കാൻ നന്ദിനി സമാധാനിക്കും. ആറുമണിക്കുമുമ്പ് റോഡിന്റെ തിരിവു കടന്ന് വി.ഐ.വി റോഡിലെത്തണം. ആറുമണിയായാൽ കവുങ്ങിൻതോപ്പുള്ള ടെറസു വീടിന്റെ കിഴക്കുംപുറത്തുനിന്നൊരു ശബ്ദം കേൾക്കാം. ഗുഡ്മോണി ങ്.

വൽസലയാണ്. കുളത്തൂർ എൽ.പിയിലെ അധ്യാപികയാണിന്നവൾ. തന്നെ ആദ്യാക്ഷരം പഠിപ്പിച്ച പത്മനാഭൻ മാസ്റ്ററെ രാവിലെ ആദ്യം കാണുന്നതൊരൈശ്വര്യമായവർ കരുതുന്നു.

ഗുഡ് മോണിങ് കേട്ട് തിരിഞ്ഞുനിന്നാൽ വൽസല ഗേറ്റിനടുത്തേക്കെത്തും മോണിങ്! ആറുമണിയായി അല്ലേ! വൽസല വെളിച്ചം കാണുന്ന സമയം.

അങ്ങനെയൊന്നുമില്ല സാർ. നേരത്തേ എഴുന്നേൽക്കും. വെളിച്ചായേ വാതിലു തുറക്കൂ. കേറിയാൽ ഒരു കട്ടനടിക്കാം. വൽസലയുടെ പതിവു ക്ഷണം.

വേണ്ട മോളേ, താങ്ക്സ് ചെന്ന ഉടനെ ഒരൗൺസ് കഷായമുണ്ട്. പിന്നെ ചായ വിത്തൗട്ടാണെന്നറിയാലോ.

കട്ടനും വിത്തൗട്ടാവാം.

'എന്നാ കഷായമല്ലേടോ ഭേദം.' അകത്തു നിന്ന് സ്റ്റൗവിന്റെ കൂവൽ കേട്ട് വൽസല ടീച്ചർ ഓടിപ്പോയി. മാസ്റ്റർ തിരിഞ്ഞു നടന്നു. നടത്തസമയം കൃത്യമായിരിക്കണം. അത് ഹാർട്ടിന്റെ പമ്പിങ്ങിനെ ബാധിക്കുന്നതാണ്.

തെളിഞ്ഞ കാലാവസ്ഥയിൽ ഒരുന്മേഷം തോന്നി. അൽപം കൂടി ലോകം തെളിയട്ടെ. മേഴത്തൂർ റോഡിലേക്കുള്ള ലിങ്ക്റോഡിൽ കയറി മടങ്ങാറായോ? അൽപമാലോചിച്ചു.

റേഡിന്റെ ഇടതുഭാഗത്ത് വീതിയുള്ള പാടം. ആരും കൃഷി ചെയ്തിട്ടില്ല. പുല്ലും പച്ചയും പൊന്തകെട്ടിക്കിടക്കുന്നു. വീതിയുള്ള വരമ്പിലേക്ക് തിരിഞ്ഞു. വയൽക്കരയിൽ മതിലിനുമുകളിൽ മുള്ളുവേലി കെട്ടിയ ഒരു വലിയ വീടിന്റെ വളപ്പ്. പഴയ രീതിയിലുള്ള തറവാട്ടുവളപ്പ്. വേലിക്കു മുകളിലൂടെ മഞ്ഞ അരളിപ്പൂക്കൾ. അദ്ദേഹത്തിനു കൗതുകം തോന്നി. ഇക്കാലത്തിതുപോലുള്ള കാഴ്ചകൾ കുറയും ഞാന്നു കിടക്കുന്ന ഒരു ചെടിക്കമ്പ് ഇളകുന്നു. ഒരു കുല മഞ്ഞപ്പൂക്കൾ. വിടർന്നതും മൊട്ടുകളുമായി ഒരു കുല. ആ ചെടി വലിച്ചു പിടിച്ച് പൂവിറുക്കാൻ ശ്രമിക്കുന്ന ഒരു പെൺകുട്ടി. ഇളം പച്ചചുരിദാറണിഞ്ഞ അവൾ കോലൻ മുടി പിറകോട്ടു വാരിവലിച്ചിട്ടിട്ടും ഒതുങ്ങുന്നില്ല.

മഞ്ഞരളിച്ചെടി അവൾ പിടിച്ചുവലിക്കുമ്പോൾ മുന്നോടു ചായുന്നു.

ഇച്ചേച്ച്യേ.... ഇങ്ങോട്ട് പോര്. അതു കിട്ടില്ല്യ. എത്തിവലിഞ്ഞ് പാടത്തേക്ക് വീഴണ്ട. ഓണം അത്തായിട്ട്. ഉള്ളതോണ്ട് കളമിടാം.

അവളുടെ അനിയത്തിയായിരിക്കണം ചെറിയ പെൺകുട്ടി വിളിച്ചു പറയുന്നു. അവളുടെ കൈയിൽ ചേച്ചി പറിച്ചെടുത്ത കുറച്ചു പൂക്കളുണ്ട്. പെൺകുട്ടി ഒരു ചുള്ളിക്കൊമ്പെടുത്ത് മഞ്ഞരളിക്കൊമ്പു കൊളുത്തി വലിച്ചു. നടക്കുന്നില്ല.

താഴെ വയലിൽ എല്ലാം നോക്കി നിൽക്കുന്ന അയാളെ ആ പെൺകുട്ടി കണ്ടു. ഒന്നുനോക്കി അവൾ പൂങ്കുലയിൽ തന്നെ ശ്രദ്ധിച്ചു. അയാൾ ഒരു പുഞ്ചിരിയോടെ മൂളി ഉം?

കുട്ടി ഒന്നുകൂടി നോക്കി മറ്റൊരു കൊളാമ്പിപ്പൂക്കൊമ്പ് എത്തിപ്പിടിച്ചു. ഇളം പച്ച ചുരി നീല കമ്മീസും ധരിച്ച പതിനാലുകാരി തന്റെ അപ്പായിക്കുട്ടിയെപ്പോലുണ്ട്. മകളുടെ മകൾ ഐശ്വര്യയെ അപ്പായി എന്നു വിളിക്കുന്നു.

എന്തേ മോളേ? ഞാന്നുകിടക്കുന്ന പൂക്കൊമ്പിനടുത്തുചെന്ന് അയാൾ ചോദിച്ചു. അവൾ കേട്ടില്ലെങ്കിലും അനിയത്തി പറഞ്ഞു. ദേ ഇച്ചേച്ചി. താഴത്ത് ആൻ ഓൾഡ്മേൻ. ഇപ്പോൾ മൂളിയതവളാണ്. ഊം? അയാളുടെ ചോദ്യം ''ദാ പൂവിവിടൊക്കേണ്ട്. ഞാൻ പൊട്ടിച്ചുതരണോ!''

''നോ. വേണ്ട. ഇന്നേക്കു ധാരാളമായി. ഇച്ചേച്ചീ, നാളേക്കെടുത്തു വയ്ക്കാം. പറിച്ചോട്ടെ.''

'' വേണ്ട. ഇന്നേക്കുധാരാളമായി. ഇച്ചേച്ചീ, നാളേക്കെടുത്തു വയ്ക്കാം, പറിച്ചോട്ടെ.''

''വേണ്ട നിമ്മീ നാളേക്കൊക്കെ വാടിപ്പോകും. നാളെ നമ്മക്കൊരു തോട്ടീം കൊണ്ടുവരാം.'' മുതിർന്ന പെൺകുട്ടി നിമ്മിയുടെ കൈ പിടിച്ചു നടന്നു. അപരിചതനെ ഒന്നു തിരിഞ്ഞു നോക്കി ഓടിപ്പോയി,

ആ വലിയ വീടും വൃക്ഷനിബിഡമായ തൊടിയും നോക്കി അയാൾ പിൻതിരിഞ്ഞു നടന്നു.

''ഇന്നെന്തേ വൈകീത്. തട്ടുകടേല് വി.ജി.പി.യെ കണ്ടോ?''

'' ഏയ്.. പതുക്കെ നടന്നു. മാട്ടുകമോസ്കോ റോഡുവഴി. പിന്നെ വയൽവരമ്പിലൂടെ'' പത്മാവതിയുടെ ചോദ്യത്തിനയാൾ മറുപടി പറഞ്ഞു. അവർക്കത്രയേ വേണ്ടൂ.

നാടൻ മതിൽക്കെട്ടും മുകളിലെ മുൾവേലിയും വേലിക്കരികിലെ മഞ്ഞരളിപ്പൂക്കളും വേലിപ്പരത്തിയും കൊങ്ങിണിച്ചെടികളും വിടർന്നതും വിടരാത്തതുമായ പൂങ്കുലകളും അയാളിലെ കാലത്തെ പിറകോട്ടു വലിച്ചു. പഴയ നാലുകെട്ടും പടിപ്പുരയും, തെങ്ങും കവുങ്ങും വാഴയും ഓമയും നിബിഡമായ തൊടി. ആ കൊച്ചു സാമ്രാജ്യം ഓർമയിൽ തെളിയുകയായിരുന്നു.

കവളപ്പാറ മുപ്പിൽ നായർ. പത്തുദേശത്തെ നാടുവാഴുകളായിരുന്നു. മൂപ്പിൽനായന്മാർ. ഹൈകോർട്ട് വക്കീലായിരുന്ന കെ.പി.ആർ. മേനോൻ തന്റെ വിദ്യാലയത്തിൽ വന്നത് അറുപതു വർഷം മുമ്പാണ്. കെ. പി.എം. യുപി. സ്കൂളിൽ വച്ചു നടന്ന ഓണാഘോഷത്തിന്. അച്ഛനായിരുന്നു ഹെഡ്മാസ്റ്റർ. സ്കൂൾ കവളപ്പാറ മൂപ്പിൽ നായർ മെമ്മോറിയൽ.

അച്ഛന്റെ വിദ്യാലയത്തിൽ പത്മനാഭൻ ഏഴാം ക്ലാസിൽ പഠിക്കുന്ന കാലം. നാട്ടിൽ സ്കൂളിലേക്ക് റിക്ഷാവണ്ടിയിൽ വന്നിറങ്ങുന്ന കൊലുന്നനെയുള്ള പെൺകുട്ടി. കോലോത്തെ കുഞ്ഞു കോവിലമ്മ. മുടിയിൽ ചെമ്പകപ്പൂ ചൂടിവന്നിരുന്ന വിനോദിനി. സ്കൂൾ പടിക്കൽ റിക്ഷാവണ്ടി നിൽക്കുമ്പോൾ എഴുന്നേറ്റു നിൽക്കുന്ന ഹെഡ്മാഷ് -തന്റെ അച്ഛൻ.

എശമാന്മാരുടെ സ്ഥലത്ത് മൂപ്പിലെശമാന്റെ സ്കൂൾ. സഹപാഠിനിയെ ശ്രദ്ധിക്കാൻ പത്മനാഭനിതൊന്നും തടസമായിരുന്നില്ല. പട്ടുപാവാടയും ചുരുണ്ടമുടിയിൽ ചെമ്പകപ്പൂവും ചൂടി ക്ലാസിൽ മുൻബഞ്ചിലിരിക്കുന്നവളെ ആൺകുട്ടികളിൽ ഒന്നാമനായിരുന്ന പത്മനാഭൻ വിളിച്ചു. ചെമ്പക മല്ലി. അവൾക്കതിഷ്ടമായിരിക്കണം. ഒരു ദിവസം പാതി വിടർന്ന ഒരു പൂമൊട്ട് അവൾ പത്മനാഭനു നീട്ടി. ന്നാ ചൂടിക്കോ..!

ചൂടാൻ മുടിയും താ...

അന്നാ പൂമൊട്ട് പോക്കറ്റിലിട്ടു.

രണ്ടുമൂന്നു ദിവസം പോക്കറ്റിൽ നിന്നെടുക്കാതെ സൂക്ഷിച്ചു. ആ നറുമണം ശ്വസിക്കവെ വിനോദിനിയുടെ സാമീപ്യം അനുഭവിക്കുകയായിരുന്നു.

ഒരു ദിവസം കക്കൂസിന്റെ ചുമരിൽ കാട്ടപ്പയുടെ ഇലകൊണ്ട് ആരോ എഴുതിയത് കുട്ടികളിലും വലിയവരിലും ശ്രദ്ധേയമായി. പത്മനാഭൻ പ്ലസ് വിനോദിനി. ബ്രാക്കറ്റിൽ ചെമ്പകപ്പൂവ് എന്നും. വിനോദിനി നാണിച്ചു വിളറുമെന്നും സ്കൂൾ പഠിപ്പ് നിർത്തുമെന്നുമാണ് കരുതിയത്. അവൾ പത്മനാഭനെ വിളിച്ചു.

കുട്ട്യീ നിയ്യ് കണ്ടില്ലേ...

അവൻ തല താഴ്ത്തി. കരച്ചിൽ വന്നു അച്ഛനറിഞ്ഞാൽ. മുപ്പിൽ നായരറിഞ്ഞാൽ.

എഴുതിക്കോട്ടേ അല്ലേ! അവൾ ചോദിച്ചു. അവൻ ഞെട്ടി തലയുയർത്തി വിനോദിനി എന്ന കൊച്ചു കോവിലമ്മ തന്റേടത്തോടെ തലയുയർത്തി നിൽക്കുന്നു.

എങ്കിലും ഉള്ളിൽ ഭയമായിരുന്നു. വീട്ടിൽ ചെന്നപ്പോൾ കോവിലകത്തെ കാര്യസ്ഥൻ ഇട്ട്യേരശ്ശൻ നായർ മുറ്റത്ത് നിൽക്കുന്നു.

എന്തേ ഇട്ടിശ്ശാരേ? അമ്മയാണ് ചോദിച്ചത്. ഇട്ട്യേരശ്ശൻ നായർ ഭവ്യതയോടെ പറഞ്ഞു.

നമ്പ്യാരുമാഷ്യോട് കോലോത്തൊന്നു ചെല്ലാൻ.

ആരു പറഞ്ഞു?

മൂപ്പിലെശമാൻ തന്നെ,

മാനേജർ വിളിക്കുന്നു. ചുമരെഴുത്ത് പ്രശ്നമായിരിക്കുമോ! പത്മനാഭന്റെ ചങ്കിടിച്ചു.

കാലത്ത് കാക്ക കരയുംമുമ്പ് കുഞ്ഞിരാമൻ നമ്പ്യാർ കവളപ്പാറ കോവിലകത്തെത്തി ഇളയ മൂപ്പിൽ നായർ വയറു തടവി നിൽക്കുന്നു. അയാൾ പറഞ്ഞു.

മാഷ് വന്നൂല്ലെ. ഇരിക്കൂ.

കുഞ്ഞിരാമൻ മാസ്റ്റർ കൈകൂപ്പിനിന്നു. മുപ്പിൽ നായരുടെ ശബ്ദം.

സ്കൂളെങ്ങനെ! നന്നായി നടക്കുന്നുണ്ടല്ലോ അല്ലെ!

ഉവ്വ്. കുട്ടികള് കൂടിക്കൂടി വരണ്ണ്ട്.

നന്നായി. കൃഷിയോ!

കഴിയുന്നതുപോലെ നടക്കുന്നുണ്ട്. വെള്ളവും വളവും കാലത്തും നേരത്തും, കൊടുക്കാൻ നന്നെ ബുദ്ധിമുട്ടുണ്ട്.

മൂപ്പിൽനായർ ചിരിച്ചു. ഒാ അതാ വിളിപ്പിച്ചത്. മാഷക് സ്കൂളുദ്യോഗവും കൃഷി നടത്തലും ഇനി നടക്കില്ല. ഇക്കുറി ഞാൻ നേരിട്ടാ നടത്തണ്. ആ രണ്ടേക്കർ ഒഴിഞ്ഞു തരണം. പോയ്ക്കോളൂ.

മൂപ്പിൽ നായർ അകത്തുപോയി. കവളപ്പാറജന്മം കൃഷിഭൂമികളെല്ലാം ഒഴിപ്പിച്ചെടുക്കാൻ ശ്രമം തുടങ്ങി. കുടിയാന്മാർ അതിനെതിരായി സംഘം ചേർന്നു. കുഞ്ഞിരാമൻ നമ്പ്യാരുടെ കളത്തിലാണ് യോഗം ചേർന്നത്. അതൊരു വലിയ സംഭവമായി. പിറ്റേന്നു തന്നെ മൂപ്പിൽനായരുടെ ആൾക്കാർ കന്നും കൃഷിയായുധങ്ങളുമായി രാങ്ങലപാടത്തെത്തി.

തലേന്ന് ചേർന്ന യോഗത്തിന്റെ ചൂടാറും മുമ്പുതന്നെ ഒഴിപ്പിക്കലിനെ ചെറുക്കാൻ കൃഷിക്കാർ തയ്യാറായി. കവളപ്പാറക്കാർ എത്തും മുമ്പ്

അവർ പാടവരമ്പത്ത് വരിവരിയായി നിരന്നു.

മുന്നിലായി നടന്നുവന്ന ഇട്ട്യേരശ്ശൻ നായർ തിരിഞ്ഞുനിന്ന് കൂട്ടുകാരോട് പറഞ്ഞു അതേയ് അവര് ആള്ശ്ശി കൂടുതലാ. നമ്മക്ക് യശമാനോട് തോക്കെടുത്ത് വരാൻ പറയാം.

അവർ പിൻവാങ്ങി.

പിന്നീടെന്തെല്ലാം നടന്നുവെന്ന് കാലത്തെ മുൻനിർത്തി പത്മനാഭൻ മാസ്റ്റർ ഓർക്കാൻ ശ്രമിച്ചു. ഹൈസ്കൂൾ വിദ്യാഭ്യാസത്തിലെത്തിയ ശേഷം വിനോദിനിയെ കണ്ടിട്ടില്ല. കവളപ്പാറയജമാന കുടുംബം ഭാഗിച്ചു പിരിഞ്ഞു. പലരും നാടുവിട്ട് പല നാടുകളിലും ജില്ലകളിലുമായി ചേക്കേറി. തറവാട്ടിൽ ഒരു കുഞ്ഞമ്മയും ഗൾഫിലുള്ള ഭർത്താവും മക്കളുമുണ്ടെന്ന് കേൾവി.

അന്ന അഞ്ചരയ്ക്കു മുമ്പ് അയാൾ എഴുന്നേറ്റ് മുഖം കഴുകി. നിംബാദി കഷായം അര ഔൺസ് മൂന്ന് ഔൺസ് വെള്ളം ചേർത്തു കഴിച്ചു. പതിവു നടത്തക്കാർ വരുന്നേയുള്ളൂ. കയറ്റം കയറി അൽപ നേരം നിന്നുംെ തക്കോട്ട് നടന്ന് മോസ്കോ റോഡിലേക്ക് നടന്നു. വൽസല എഴുന്നേറ്റില്ല. ഒരു ഗുഡ് മോണിങ് നഷ്ടപ്പെട്ടു.

വയൽക്കരെയെത്തുന്നതു പതുക്കെ മതി. അവൾ എത്തിക്കാണില്ല. ഒരു ചുള്ളിക്കമ്പുമായി അനിയത്തിയേയും കൂട്ടിയെത്തുന്ന അവൾ കോവിലകത്തെ അനന്തരസന്തതി. അങ്ങനെ കരുതാനാണ് സുഖം വിനോദിനിയുടെ പേരമകൾ. വയലിലേക്ക് ചാഞ്ഞ മഞ്ഞരളിച്ചെടിയും നോക്കി അവൾ നിൽക്കുന്നുണ്ടാകും.

അങ്കിൾ ആ കുല പൂവൊന്നിറുത്തു തരാമോ? ഓ! അയാൾ പറയുന്നു. പൂ കൊടുക്കുമ്പോൾ കുനിയുന്ന അവളുടെ മാറിടം കുലുങ്ങുന്ന താമരമൊട്ടുകൾ.

ഛെ! മുത്തച്ഛനോ മുതുമുത്തച്ഛനോ ആകേണ്ട താൻ. കാമനകൾക്ക് കടിഞ്ഞാണിടണം. അറുപത് കഴിഞ്ഞാൽ ഔചിത്യം കുറയുമെന്നത് സങ്കൽപനങ്ങൾക്ക് ബാധകമല്ല.

അങ്കിൾ, പതിവായി മോണിങ് വാക്കുണ്ടോ? ഉണ്ട്! അമ്മയാണോ അമ്മമ്മയാണോ കൂടെ! അമ്മമ്മ - അമ്മ അങ്ങ് ലണ്ടനിലാ. അമ്മമ്മയെ അറിയുമോ? ''കുട്ടീ അമ്മമ്മയുടെ ക്ലാസ്മേറ്റാണ് ഞാൻ.''

വേരിഗുഡ് -ഗ്ലാഡ് ന്യൂസ്.

''അമ്മമ്മാ'' അവൾ വിളിക്കുന്നു.

അമ്മമ്മ ഇപ്പോൾ ചെമ്പകപ്പൂ ചൂടാറുണ്ടോ?

ചോദ്യമുയരും മുമ്പ് പത്മനാഭൻ മാസ്റ്ററുടെ കാൽ വരമ്പിൽ നിന്ന് ചെളിയിലേക്ക് വഴുതി. സങ്കൽപം തീർന്ന് പരിസരബോധമായി. അദ്ദേഹം വരമ്പിലൂടെ മതിൽക്കെട്ടിന്നടുത്തേക്കെത്തി.

മുൾ വേലിക്കടുത്തുള്ള ചെടികളെല്ലാം വെട്ടിത്തെളിച്ചിരിക്കുന്നു. മഞ്ഞരളിയം തെച്ചിയും കൊങ്ങിണിയുമെല്ലാം. തൊടിയിൽ നിന്നും തെങ്ങിൻേറയും കവുങ്ങിന്റേയും കടമാന്തിയ പുതുമണ്ണിന്റെ മണം. കുട്ടികളുണ്ടോ. നിമ്മിയോ ചേച്ചിയോ. അയാൾ ഏന്തിവലിഞ്ഞു നോക്കി.

‘എന്താ മാഷേ.? പിന്നിൽ നിന്നൊരു ശബ്ദം. ഒരു കൂലിത്തൊഴിലാളി. കൈയിലൊരു പടവാളും തോളത്തു കൈക്കോട്ടുമുണ്ട്.

‘എന്താ നോക്കണേ?’ അയാൾ ചോദിച്ചു. കാര്യമായൊന്നുമില്ല. ഇവിടെ കുറേ മഞ്ഞരളികളുണ്ടായിരുന്നു. – മാസ്റ്റർ പറഞ്ഞു.

‘‘അതൊക്കെ വെട്ടി തെങ്ങിന് തോലിട്ടു. ഏമാന്മാർക്കിപ്പഴാ തൊടീം പാടുവുമൊക്കെ വേണംന്ന് തോന്നണ്, കണ്ടില്ലേ പാടം കിടക്കണേ’’.

‘‘ഒക്കെ തിരിച്ചു വരും അല്ലേ?’’

‘‘പണിക്കാരൻ ഒന്നു ചിരിച്ചു. മാഷക്കെന്തിനാ മഞ്ഞരളി?’’

‘‘ഒരു മരുന്നിന്.’’

‘‘ആ പമ്പവൈദ്യരുടെ കടയില് കിട്ടും.’’ നടന്നു പോകവേ അയാൾ പറഞ്ഞു. വീതിയുള്ള വയൽ വരമ്പിലേക്ക് കയറവേ തിരിഞ്ഞു നോക്കി. മണ്ണിട്ടു മൂടിയ തെങ്ങിൻ ചുവട്ടിൽ നിന്ന് വാടിയ മഞ്ഞരളിപ്പൂക്കൾ എത്തിനോക്കുന്നു.

■

അതിഥി ദേവോ ഭവഃ

അരങ്ങൊഴിഞ്ഞപ്പോൾ സംഘാടകരിൽ ഒരാൾ കൈപിടിച്ചെഴുന്നേൽപ്പിച്ചു. കവി സാമാന്യം ക്ഷീണിതനായിരുന്നു. കാലത്ത് ഒമ്പതു മണിക്കു തുടങ്ങിയതാണ് പ്രസംഗവും കാവ്യാലാപനവും. പന്ത്രണ്ടു മണിക്ക് മലപ്പുറത്ത്, രണ്ടു മണിക്ക് കോഴിക്കോട് പന്നയങ്കരയിൽ, വൈകിട്ട് ഇവിടെ ഈ പാലക്കാടൻ ഉൾഗ്രാമത്തിൽ.

പലപ്പോഴും ഇവിടങ്ങളിൽ വന്നുപോയിട്ടുണ്ട്. കരിമ്പനക്കാറ്റിന്റെ ശൈതള്യം പരന്ന ഈ മലനാട്ടിൽ അരനൂറ്റാണ്ടു മുമ്പ് ആദ്യമായി വന്നതോർക്കുന്നു. ലബ്ധപ്രതിഷ്ഠരായ മഹാകവികൾക്കൊപ്പം യുവകവിയായ താൻ! മലയാളത്തിന്റെ മഹാകവികൾക്കൊപ്പം ഇരിക്കാൻ കഴിഞ്ഞതു തന്നെ ഒരു മഹാഭാഗ്യമായി കരുതിയിരുന്നു. അന്ന് വേദിയിലേക്കു കയറിയത് മഹാകവികളുടെ കാൽപ്പാദങ്ങൾ തൊട്ട് നമിച്ചുകൊണ്ടായിരുന്നു. ചെറുപ്പക്കാരോടു താൽപ്പര്യമുള്ള ഭക്തകവി തോളത്തു തട്ടി, പല്ലില്ലാത്ത മോണകാട്ടി ചിരിച്ചു ചോദിച്ചു.

എന്താ പേര്?

ഭവ്യതയോടെ മറുപടി പറഞ്ഞു. രാമചന്ദ്രൻ. കരിങ്ങനാട്ട് രാമചന്ദ്രൻന്ന് പറയും.

ഉം...! നന്നായി എഴുതണം. ആളുകൾക്ക് കേട്ടാലും വായിച്ചാലും മനസ്സിലാകണം. ഈണത്തിൽ ചെല്ലാനും കഴിയണം. ഇഷ്ടം പോലെ എഴുതിക്കോളുണ്ടു. വൃത്തമൊക്കെ തനിയെ വന്നോളും.

അദ്ദേഹത്തിന്റെ കാൽക്കൽ ഒരിക്കൽക്കൂടി കുനിഞ്ഞു. കവി ശിരസ്സിൽ കൈ പരത്തി വെച്ചു.

''നന്നായി വരട്ടെ. മിടുക്കനാവട്ടെ!''

പ്രശസ്ത കവികൾക്കു ശേഷമായിരുന്നു കരിങ്ങനാട്ടിന്റെ ഊഴം. ചപ്രത്തല മുടിയും ഊശാൻ താടിയും പരന്ന മീശയുമുള്ള യുവകവിയുടെ ആകാരം അന്നത്തെ ടീനേജുകാർക്ക് നന്നെ പിടിച്ചു. അവർ കൈ കൊട്ടിയും താളം പിടിച്ചും കവിതയെ വരവേറ്റു. വേദിയിലെ അധ്യക്ഷ, ഉദ്ഘാടക കവികളുടെ കണ്ണു തള്ളി. അവർക്കതൊരനുഭവമായിരുന്നു.

ഇതു മലയാള കവിതയിലെ വസന്തത്തിന്റെ ഇടിമുഴക്കമാണ്. ഉറയൂരി വരുന്ന പാമ്പിനെപ്പോലെ മുഷിഞ്ഞ വസ്ത്രങ്ങൾ മാറ്റി പൂഞ്ചിറയിൽ നിന്ന് മുങ്ങിയുയരുന്ന യുവതിയെപ്പോലെ എന്നാൽ നാണം കുണു ങ്ങലില്ലാതെ തലയുയർത്തി നിൽക്കുന്നു. അരങ്ങു സമാപിക്കവെ അന്നത്തെ പ്രശസ്തനായ നിരൂപകൻ അഭിപ്രായപ്പെട്ടു.

അൽപം അഹന്ത തോന്നിയെങ്കിലും രാമചന്ദ്രൻ വികാരം ഉള്ളി ലൊതുക്കി. പ്രായം കൂടിയവരെ വണങ്ങി നിന്നു. അവരുടെയെല്ലാം കവിതകൾ പതിവു ട്രാക്കുകളിൽ നിന്നൊട്ടും വ്യതിചലിക്കാത്തതും പുതുമകളവകാശപ്പെടാനില്ലാത്തവയെന്നും അഭിപ്രായമുണ്ടെങ്കിലും വാക്കിലോ, ഭാവത്തിലോ പ്രകടമാക്കിയില്ല. പലരും ഇനി അധിക കാലമുണ്ടാവില്ല. ദൈവം സഹായിച്ചാൽ തനിക്കിനിയും ഒരു നീണ്ട കാലമുണ്ടല്ലോ. ഉച്ചൈസ്തരമാക്കാവുന്ന തൊണ്ട സൗഭാഗ്യവും.

സഹ കവികൾക്കു മുൻപിൽ വിനയാന്വിതനായി. തന്നെ കാണാൻ വന്ന ചെറുപ്പക്കാരുടെയും വിദ്യാർത്ഥികളുടെയും തോളത്തുതട്ടി. കെട്ടിപ്പിടിച്ചു. മഹാകവികൾക്കൊപ്പം വ്യത്യസ്തനായി നടന്നു. പിരിയാൻ നേരത്ത് മഹാകവി പിള്ള പറഞ്ഞു. എല്ലാവരും സ്ഥലം വിടുകയാണോ? ഇവിടെയാരും കൂടുന്നില്ലേ? പുതിയ ആൾ എന്തേ പേരു പറയാ ത്തത് ? എന്തു പേരാ പറഞ്ഞത്?

''കരിങ്ങനാട്. കരിങ്ങനാട്ടു രാമചന്ദ്രൻ!'' ''ഓ.... ധാരാളം കേട്ടിട്ടുണ്ട്. ഇന്നല്ലേ കണ്ടത്. ചെറുപ്പക്കാർക്കൊക്കെ ഇഷ്ടമാണ്...'' ഇല്ലത്തു കൂടാം. സൗകര്യമുള്ളപ്പോൾ പോകാം.

പാലക്കാട്ടുകാരനായ മറ്റൊരു കവി പറഞ്ഞു. കരിങ്ങനാടൻ പുതിയ ആളല്ലെ. പരിചയം കുറയും. ഇവിടെ വരുന്നവർ പള്ളിമനയിലൊന്നു റങ്ങിയിട്ടേ പോവാറുള്ളൂ. മനക്കലെ ആതിഥ്യം, അതൊന്നു വേ റത്തന്നെയാണ്. കവികൾ ചിരിച്ചു. കരിങ്ങനാടു പറഞ്ഞു. വിരോധണ്ടായിട്ടല്ല. ഞാൻ റിട്ടേൺ ടിക്കറ്റെടുത്തു. വേറെയും സുഹൃത്തുക്കളുണ്ട്.

'' ഓ...! ഞാൻ തന്നെ വിളിയ്ക്കാം. ''മഹാകവി പറഞ്ഞു. ''വരാം...!'' വന്നിരിക്കും. കരിങ്ങനാടൻ ഉറപ്പു കൊടുത്തു.

ഒരു വ്യാഴവട്ടം കഴിഞ്ഞിരിക്കുന്നു. ആ വാക്കു നിറവേറ്റാൻ പലപ്പോ ഴും രാത്രി വീട്ടിലെത്തുമ്പോൾ ശാരദ പറയുമായിരുന്നു.

''ആ പള്ളിമന കവി വിളിച്ചിരുന്നു.'' തിരിച്ചു വിളിക്കാൻ പറയുന്ന ദിവസങ്ങളിൽ ഒഴിവുണ്ടാകാറില്ല. അന്നത്തെ ഗ്രൂപ്പ് ഫോട്ടോയിൽ പലമുഖങ്ങളും പൂപ്പൽ പിടിച്ചു മങ്ങിയിരിക്കുന്നു. കവികൾ പലരും

കാലയവനികക്കുള്ളിൽ മറഞ്ഞു. ഇനിയും ആ വള്ളുവനാടൻ ഗ്രാമത്തിലെത്താതിരുന്നു കൂടാ...

അവിടെയും നാഗരികത കടന്നു കേറിയിരിക്കും. തനിക്കും വന്ന മാറ്റങ്ങൾ സ്വയം വിലയിരുത്തി. കോലൻ മനുഷ്യൻ തടിച്ച കുമ്പക്കാര നായി. താടിയും മുടിയും അവിടവിടെ നരകേറി. നീണ്ട താടി മാറ്റി. കപ്പടാമീശ ക്രമപ്പെടുത്തി. അനുഗ്രഹമായ തൊണ്ടക്ക് വ്യത്യാസം വന്നില്ലെന്നതിൽ സന്തോഷവും അഭിമാനവും തോന്നി.

നാലാമത്തെ പരിപാടിയാണെങ്കിലും ആ ഗ്രാമീണ വിദ്യാലയത്തിൽ തിങ്ങിക്കൂടിയ ജനങ്ങളെക്കണ്ടപ്പോൾ സന്തോഷം തോന്നി. യാത്രാ ക്ഷീണമെല്ലാം മാറി. പഴയ ഗ്രാമഭംഗി കൈമോശം വന്നിട്ടില്ല. ലോവർ പ്രൈമറി സ്കൂളിന്റെ ചരൽമണ്ണു നിറഞ്ഞ മുറ്റം. ചിതറിക്കിടക്കുന്ന കൊച്ചു കടലാസു കഷ്ണങ്ങളും ഉണക്കിലകളും തൂത്തുവാരിയ പാടുകൾ. മുറ്റത്തിനരികിൽ ചെണ്ടുമല്ലിയും വെളുത്ത പൂക്കളുള്ള ചെ ടികളും. തൊടിയിലെ നാടൻ മാവുകളിലും വാഴകളിലും ശ്രദ്ധ പതിഞ്ഞു. തന്റെ ഗ്രാമത്തിലെ കൊച്ചു വിദ്യാലയത്തെപ്പറ്റി ഇവിടത്തെ കവി പാടിയ വരികൾ മനസ്സിലൂടെ കടന്നുപോയി. തിങ്കളും താരങ്ങ ളും തൂവെള്ളിക്കതിർ ചിന്നും തുംഗമാം മാവിൻ തോപ്പിലാണെന്റെ വിദ്യാലയം.

ഇവിടെ വിശിഷ്ടാതിഥി താൻതന്നെയെന്നറിഞ്ഞു. പഴയ കവി സുഹൃത്തുക്കളാരുമില്ല. യശപ്രാപ്തരായി കുറേപ്പേർ. സദസ്സിൽ മുഴങ്ങി നിന്നത് കരിങ്ങനാട്ടിന്റെ ശബ്ദം.

ചടങ്ങു തീർന്നപ്പോൾ ആരാധകർ ധാരാളം. പഴയ കുട്ടികൾ മുതിർ ന്നിരിക്കുന്നു. വാഹനമുണ്ട് പോവുകയല്ലെ. കവി തിരുമേനി ക്ഷണിച്ചു. കുറേക്കാലമായി ബാക്കി നിൽക്കുന്ന വാക്കാണല്ലോ.

തീർച്ചയായും. കുറച്ചുനേരത്തേ വന്ന് ഇതിലെയൊക്കെ നടന്നു പോവേണ്ടതായിരുന്നു.

ജിയും വള്ളത്തോളുമൊക്കെ ഒന്നുരണ്ടു ദിവസം കഴിഞ്ഞേ പേ വാറുള്ളൂ. നാടുകണ്ട് നാട്ടുവഴിയിലൂടെ കാവുകളും സർപ്പക്കാവുകളും കണ്ട്, കഥകളി കണ്ട് കുന്തിപ്പുഴയിൽ കുളിച്ച്.... വേണം. അങ്ങനെ യൊക്കെ വേണം, കരിങ്ങനാട്ടി മറുപടി പറഞ്ഞു. അവരെയൊക്കെ ഞാൻ മനസ്സിൽ കാണുന്നുണ്ട്.

നാലുകെട്ടിനു മുന്നിൽ വാഹനം നിന്നു. പൂമുഖത്ത് ചാരുകസേ രയിലിരുന്ന വലിയ തിരുമേനി എഴുന്നേറ്റു. കാറിൽ നിന്നിറങ്ങവേ കവി തിരുമേനി പരിചയപ്പെടുത്തി. ജ്യേഷ്ഠനാണ്. പി.എമ്മസ്-

ഓ...! ധാരാളം ഋഗ്വേദപരിഭാഷ...

''അതെ!''

കരിങ്ങനാട്ട് കൈകൂപ്പി. പി.എമ്മസ് എഴുന്നേറ്റ് കൈകൂപ്പി പറഞ്ഞു. കേട്ടിട്ടുണ്ട് ധാരാളം. കാസെറ്റുണ്ട്. ആധുനികനാണ്. അല്ലേ. ചൊൽക്കാഴ്ച ശംഭീരം.

ഓ.... അങ്ങനെയൊന്നൂല്ല്യാ ചിരിച്ചുകൊണ്ട് ഭവ്യത നടിച്ചു. മുറ്റത്ത്

തുവർത്തുമുണ്ട് അരയിൽക്കെട്ടി ഉത്തരവു കാത്തുനിൽക്കുന്ന കാര്യസ്ഥന്മാർ.

കവി തിരുമേനി ആരെയും ഗൗനിക്കാതെ അകത്തു കടന്ന് സ്വീകരണമുറി തുറന്ന് അതിഥിയെ ക്ഷണിച്ചു.

''വരൂണ്ടു....''

ചെരിപ്പഴിച്ചു പുറത്തുവെച്ച് കരിങ്ങനാട് അകത്തു പ്രവേശിച്ചു. ഒരു കാര്യസ്ഥൻ ചെരിപ്പെടുത്ത് അടുത്ത കയ്യാലയുടെ ഇറയത്തു കയറ്റി വെച്ചു. പള്ളിമന വിളിച്ചു.

ട്ടോ... രാമചന്ദ്രൻ,. കുളിയും ഭക്ഷണവും കഴിഞ്ഞ് സംസാരിക്കാം കിടത്തം നേരത്തെയാണ് പതിവെങ്കിൽ അങ്ങിനേയുമാവാം. ഒക്കെ താങ്കളുടെ ഇഷ്ടം.

അദ്ദേഹം അകത്തേക്കു നോക്കി ശബ്ദമുയർത്തി പറഞ്ഞു ദേ നോക്ക് കുഞ്ചുകുട്ട്യേ ഇദ്ദേഹത്തിനുള്ള മുറിയൊന്നു കാണിച്ചു കൊട്ക്കാ..

മധ്യവയസ്കയായ ഒരു സ്ത്രീ. പുറത്തേക്കു വന്നു. അവർ വിനയത്തോടെ പറഞ്ഞു.

വരൂണ്ടൂ സഞ്ചി ഇങ്ങട്ട് തരൂ.

അവൾ കൈനീട്ടി. കരിങ്ങാട്ട് തന്റെ തോൾ സഞ്ചി അവൾക്കു നേരെ നീട്ടി പറഞ്ഞു. വല്യ കനോന്നുംല്ല്യ. ഒരു ജോഡി ഡ്രസ്സും, ഒരു മുറുക്കാൻ ചെല്ലവുമേ ഉള്ളൂ.

സ്ത്രീ തലകുലുക്കി നടന്നു.

''ചെല്ലൂ... പള്ളിമന പറഞ്ഞു. കവി തടിച്ച ചവിട്ടു പടികളുള്ള ഗോവണി കയറി. ഒരുക്കിയ കട്ടിലും കിടക്കയും വിരിപ്പും അദ്ദേഹം കൗതുകത്തോടെ നോക്കി. ആരോ പറഞ്ഞേൽപ്പിച്ചതുപോലെ, ചിര പരിചയം പോലെ തോന്നി. മേശപ്പുറത്ത് പിച്ചള മുറുക്കാൻ ചെല്ലം, അടുത്ത് മൺകൂജയിൽ വെള്ളം.

''കുളിമുറിയിൽ തണുത്ത വെള്ളവും ചൂടുവെള്ളവുമുണ്ട്. ഇഷ്ടമുള്ളതെടുക്കാം.'' അതും പറഞ്ഞ് അവർ വാതിൽ ചാരി.

കുഞ്ചോ.... പൂമുഖത്തുനിന്ന് പള്ളിമനയുടെ വിളി. ''ഓ...'' വിളി കേട്ടു. ''മുറുക്കാൻ ചെല്ലംണ്ടോ നോക്ക്.''

കോണി കയറി കുഞ്ചു എന്ന കുറിയ മനുഷ്യൻ വന്നു. തോളത്തിട്ട അലക്കു തോർത്തെടുത്ത് കുടഞ്ഞ് കിടക്കയിൽ വിരിച്ചു. ഒരെണ്ണം തലയിണയുടെ മേലും വെച്ചു.

'വെറ്റില-ഇനി വേണോ ആവോ...?'

കരിങ്ങാട് ചെല്ലം തുറന്നു. ഓ. പുതീത് ഒന്നുരണ്ടെണ്ണം ആയിക്കോട്ടെ. നന്നെ തളിര് വേണ്ട...

ഒ... കുറിയ മനുഷ്യൻ മുഴുവൻ കേൾക്കും മുമ്പ് ഇറങ്ങി ഓടി.

അയക്കോലിൽ ഷർട്ടൂരി നിവർത്തിയിട്ടു. ചൂടുവെള്ളവും പച്ചവെള്ളവും കലർത്തി തുവർത്തു നനച്ച് മേലാകെ തുടച്ചു. രാത്രി തല കുളിച്ചുകൂടാ. മുറിയിൽ ഉലാത്തി. ജനലഴികളിൽ പിടിച്ച് പുറത്തേക്കു നോക്കി. നേർത്ത തണുപ്പുള്ള കാറ്റിൽ നിന്ന് വിടരുന്ന കവുങ്ങിൽ പൂക്കുലക

ളുടെ മണം.

'ഊണിനായ്യോ... ആവോ....' നേരത്തെ പരിചയമായ സ്ത്രീശബ്ദം. പാതിചാരിയ വാതുക്കൽ നിന്ന് എത്തി നോക്കുന്നു. വാഴയില നിറമുള്ള ജാക്കറ്റ് താഴെ ഇടുക്കി കെട്ടിയിരിക്കുന്നു. അലക്കകുമുണ്ടിന്റെ മണം പ്രസരിക്കുന്നു. തല ചെരിച്ചു നോക്കി അവരോട് പറഞ്ഞു.

ആവാം... ഊണോ, കഞ്ഞിയോ, എങ്ങനെയായാലും, വിരോധല്യ...

സ്ത്രീമുഖം തിരിച്ചിറങ്ങി പോയി. അകത്തളങ്ങളിൽ നിന്ന് പള്ളിമന യുടെ ശബ്ദം. ഇവിടെ ചെറിയരിച്ചോറാണ് പറയാൻന്നില്യേ കു ഞ്ചുകുട്ട്യേ..... കാരങ്ങാടൻ കേട്ടു കാണൂലോ ചുനങ്ങാടൻ കുറിയരീന്ന്... എം.ആർ.ബി എത്ര ലേഖനത്തിലെഴുതിയിരിക്കുന്നു. പള്ളിമന സ്പെ ഷ്യൽ വള്ളുവനാടൻ പഴയരീന്നൊക്കെ. ഹെ ഹെ...!!

താൻ കേൾക്കാൻ വേണ്ടിയാണ് പള്ളിമന പറഞ്ഞതെന്ന് കവിക്കു മനസ്സിലായി. ഗോവണിയിറങ്ങി അകത്തളങ്ങളിൽ നിന്നും കൈ നനച്ചു. പള്ളിമന അപ്പോഴും ചിരിക്കുകയായിരുന്നു.

"കരിങ്ങാടന് കഞ്ഞിയായിരിക്കും പതിവല്ലേ?"

"ഓ...അങ്ങനെയൊന്നൂല്ല്യ. ഇവിടെത്തെ പതിവുപോലെയാകാം."

"ഓ... ചമ്രം പടിഞ്ഞിരിക്കാൻ വെഷമംണ്ടാവുംല്ലേ?"

വിഷമൊന്നൂല്ല്യ. ഇരുന്നാൽ എഴുന്നേൽക്കാൻ ഒന്നു രണ്ടു മൂളക്കം വേണ്ടി വരുംന്ന് മാത്രം. വയറ് നമ്മക്കു മുന്നിലാണല്ലോ.

അതെ വയറ ഒരു പ്രശ്നം തന്നെയാണല്ലോ. കുഞ്ഞനന്തനും ഇതന്നെ പറയും. ഇഷ്ടന്ന് തന്റെ വയറിനെ ബഹുമാനമായിരുന്നു. ഊണ് വയറിനെ മറന്നായിരിക്കും ചിലപ്പോ.

നാക്കിലയിൽ ചെറിയരിച്ചോറ് ചൂടേടെ വിളബി. നേരത്തെ കണ്ട മധ്യവയസ്ക വിഭവങ്ങളെത്തിച്ചു. പള്ളിമന തന്നെ ഏറ്റുവാങ്ങി പാകത്തിനു വിളമ്പി. പുളങ്കറിയും, ചെത്തുമാങ്ങയും, പയറും മത്തങ്ങ യും കൊണ്ടുള്ള ഓലനും, കായമെഴുക്കു പുരട്ടിയും, താൻ മനസ്സിൽ കണ്ട ഊണ്. പഴമാങ്ങയും വെള്ളരിക്കയും ചേർന്ന കുറുക്കു കറി. അതു തൊട്ടു കഴിക്കവെ ഒരു നൊട്ടയിട്ടു. അസ്സൽ രുചി എന്ന മട്ടിൽ. പള്ളിമന ചിരിച്ചു.

"ഹെയ്... പഴമാങ്ങ ഇക്ഷ പിടിച്ചുല്ലേ....." അതെ. കുഞ്ഞനന്തൻ നായരു പറഞ്ഞിട്ടുണ്ട്. ആ ഇഷ്ടന്ന് ഏറെ ഇഷ്ടാണീ കൂട്ടാൻ. നമ്മുടെ എം. ആർ.ബി ചന്ദ്രക്കാളൻ മാമ്പഴം എന്നാ പറഞ്ഞത്. ക്ഷ പിടിത്താ മുപ്പർക്കീ ഇല്ലത്തെ ശാപ്പാട്!

'പിന്നെ ജീയുടെ വീട്ടിലേയും..."

പാവം. നല്ല മനുഷ്യരൊക്കെ പോയി. പള്ളിമന നെടുവീർപ്പിട്ടു. വൈലോപ്പിള്ളി ഈ ജില്ലയിലെവിടെ വന്നാലും ഇവിടെ എത്തുമാ യിരുന്നു. ഊണിനിടയിൽ ഇതേ പോലെ സംസാരിക്കും. ഊണു തടസ്സമില്ലാതെ.

പള്ളിമനയുടെ ഭക്ഷണം ആദ്യം കഴിഞ്ഞു. മോര് കൂട്ടി കുഴച്ച് ക രിങ്ങാട് ശബ്ദത്തോടെ അകത്താക്കി. കറിവേപ്പില കൂടി കടിച്ചിറക്കി.

ഇല വൃത്തിയായി ചുരുട്ടിയെടുക്കാൻ ശ്രമിച്ചു.

''വേണ്ട ഇവിടെ അതിനൊക്കെ ആളുണ്ട്. അകത്തു നിന്ന് ഇരിയ്ക്കണമ്മയും പള്ളിമനയും ഒപ്പം പറഞ്ഞു.

ഉമ്മറമുറ്റത്ത് ചാരുകസേരകൾ. പള്ളിമന ചോദിച്ചു. ഊണിനു ശേഷം വയറുഴിഞ്ഞ് അൽപ്പം ഉലാത്തണോ. അഞ്ചുമിനിട്ടിരുന്ന്. നിർത്തിയേടത്തു നിന്നു തുടങ്ങണോ. ആദ്യം തന്നെ ചോയ്ച്ചള്യാം. ഊണെങ്ങനെ? വെടിപ്പായില്ലെ?

ഓ... സുഖം കരിങ്ങനാട് വയറുഴിഞ്ഞുകൊണ്ടു പറഞ്ഞു. ബഹു സുഖം. വീട്ടിൽനിന്നു കഴിച്ചപോലെ.

അപ്പെ കരിങ്ങാടൻ ഫുൾ വെജിറ്റേറിയനാണോ! '' ഏറെക്കുറെ. ചില സ്ഥലത്തെത്തുമ്പോൾ പറ്റീന്നു വരില്ല്യ. അപ്പോ ലഘുവായ പക്ഷിമൃഗാദികൾ. ചില ജലജീവികളും.

''മീൻ ആയിരിക്കും.അല്ലേ?''

''അതെ.... അവന്റെ കറി മുഷീല്യ. ചൊടിയും ചുണയും കൂടും.!!''

''അസുഖമൊക്കെ?'' വെജിറ്റേറിയന്മാർക്ക് പൊതുവെ സുഖക്കേടുകൾ കുറയുമെന്നാണു പറയുക. പക്ഷേ ഇപ്പൊ കിട്ടുന്ന പച്ചക്കറിയൊക്കെ വിഷം തളിച്ചവയല്ലെ.

വീട്ടിലും തൊടിയിലുമൊക്കയുണ്ടാക്കുന്നവയ്ക്കുള്ള സ്വാദ് എവിടെ കിട്ടാൻ. പഴയരിച്ചോറ് വീട്ടുകാരത്തിതന്നെ വിളമ്പിത്തരുന്നത് ഒരു സുഖം തന്നാണേ!

''മനസ്സിലായി. ഈ വികാരം കരിങ്ങാടന്റെ കവിതയിലൂടനീള മുണ്ടല്ലോ. ശാരദ നല്ല പോലെ പാചകം ചെയ്യുമല്ലേ? ഭാര്യ ഒരു ശക്തിയാണെന്നു തോന്നുന്നു. ദൗർബല്യവും.?

അതെ. കവി സമ്മതിച്ചു. ഏകഭാര്യാവ്രതം അങ്ങനെയൊരു വികാരം.

ഒരു കണക്കിനതൊരു ഭാഗ്യമാണ്. പലർക്കും ഇല്ലാത്തതും അതു തന്നെ. എന്തു വിഭവമായാലും വളയിട്ട കൈകളുടെ വിളമ്പിത്തരലിൽ ഒരു സുരക്ഷിതത്വബോധണ്ടാവും.

''ഒന്നു മുറുക്കി ഗൃഹാതുരത്വം മാറ്റാം. ഇനി കരിങ്ങനാട്ടെത്തുന്നതെന്നാവും? നാളെ തൃശ്ശൂരല്ലേ?''

''അതെ. രണ്ടു ദിവസം കഴിഞ്ഞ് നാട്ടിലെത്തും. എന്റെ കവിതിയിലെ ചില ബിംബങ്ങൾ ശിൽപ്പമാക്കുന്നുണ്ട് ഒരു ശിഷ്യൻ.

നല്ല കാര്യം ഒരൂസം കാണാൻ വരുന്നുണ്ട് തെക്കോട്ട് അധികമൊന്നും ഏശീട്ടില്ലല്ലോ നമ്മുടെ കവിത.''

കരിങ്ങനാട്ടു പറഞ്ഞു. ''ഇതൊക്കെ ഓരോ നിമിത്തങ്ങളാണു തിരുമേനീ. ചിലർക്കു ചിലപ്പോൾ നമ്മളെപ്പറ്റി നല്ലതു തോന്നും നമ്മളങ്ങോട്ടു നിന്നുകൊടുത്താൻ മതി.''

''ഉം....ഉം...പിന്നിലാളുണ്ടെങ്കി ഒക്കെ നടക്കും''. പള്ളിമന ചിരിച്ചു പിന്നിലെ ആൾ എന്നദ്ദേഹം ആരെയൊക്കെയാണുദ്ദേശിച്ചതെന്നു വ്യക്തമാകാത്തതിനാൽ കരിങ്ങനാടും ചിരി വരുത്തി. ഉമ്മറത്തെ ചെല്ലമെടുത്ത് ഒന്നുകൂടി മുറുക്കി. ചെടികളുടെ ഇലകൾക്കുമേൽ മുറു

ക്കാൻ തുപ്പൽ ചിതറി കിടന്നു. വീണ്ടും കിണ്ടിയിലെ വെള്ളം കൊണ്ട് പുറത്തേക്കു പാറ്റിത്തുപ്പി.

''ഹെ.ഹെ!! ഇതൊക്കെ ഒരു ചിട്ടയാണല്ലേ?'' പള്ളിമന ചോദിച്ചു. കിടക്കും മുമ്പ് ചുക്കുവെള്ളം രണ്ടു ക്ലാസ്സ് പതിവുണ്ട്. മുകളിൽ കൂജ യിൽ ഉണ്ടെന്നു തോന്നി. വെള്ളം അതുമതിയോ ആവോ.. പള്ളിമന യുടെ പൊട്ടിച്ചിരി.

ഓ... അതു ശരി. കരിങ്ങനാടും ചിരിച്ചു. ഇപ്പോ മറ്റതൊക്കെ നിർത്തി. പഴയ ചില സെറ്റിൽ പെട്ടാൽ വല്ലപ്പോഴും ഒരു പെഗ്ഗ്. ഇന്നാ പഴയ സെറ്റില്ല. ആധുനികതയും അത്യാധുനികതയും അപാരാധുകത യും എല്ലാം കൊത്തിപ്പിരിഞ്ഞു.

നിന്റെ ജീവിതം നിൻകാര്യം മാത്രം- അല്ലേ. പള്ളിമന കവിത ചൊല്ലി ചോദിച്ചു. അങ്ങനേയുമാവാം. പള്ളിമനയ്ക്കിനും അറിയാ നുണ്ട്. ''ഞാൻ ചോദിക്കട്ടെ മദ്യം ധാരാളം കഴിച്ചാൽ കവിത ഒഴുകി വരുംന്ന് പറയുന്നതിൽ വല്ല വാസ്തവവുമുണ്ടോ?''

കരിങ്ങനാട് തിരുമേനിയുടെ അടുത്തേക്കു ചാരു കസേര നീക്കി.

''വാസ്തവണ്ടോന്ന് ചോദിച്ചാൽ കണ്ടമാനം ഐഡിയാസ് വരും. കറപറാന്നെഴുതാം. പിറ്റേ ദിവസം നല്ല സമയത്ത് അതിൽനിന്നും നല്ലതു പെറുക്കിയെടുത്ത് ഓഡറിലാക്കണം. വൃത്തം ഒപ്പിച്ചു കൂട്ടണം. സ്വയമൊന്നഡിറ്റു ചെയ്യണം. പിന്നെ ഈ കാട്ടിക്കൂട്ടുന്നതൊക്കെ വെറും ജാഡയാണ്.

അപ്പൊ ലേശം കഴിച്ചാൽ ഗുണമില്ലാതില്ല. ചിരിച്ചുകൊണ്ടു കരിങ്ങ നാടും പറഞ്ഞു. ''ഇല്ലാതില്ല ഹെഹേ...!!'' ചിരി അൽപ്പം ഉച്ചത്തിലായി. പെട്ടെന്നു നിർത്തി കവി തന്നെ പറഞ്ഞു. അയൽക്കാരാരെങ്കിലും കേട്ടാൽ കരുതും ഇവിടെ നേരത്തെ പറഞ്ഞ കുടിക്കൂട്ടമാണെന്ന്. കവി എഴുന്നേറ്റു. കിണ്ടിയെടുത്ത് കുറച്ചു വെള്ളംകൂടി വായിലാക്കി കവി ളിത്തുപ്പി, പല്ലുകൾക്കിടയിലെ വെറ്റില അവശിഷ്ടങ്ങൾ ഞെരടിയെ ടുത്തുതുപ്പിക്കളഞ്ഞു. പള്ളിമന ചോദിച്ചു.

ഉറങ്ങാൻ തോന്നണ്ണ്ടല്ലേ...?

ആ ചെറിയ ക്ഷീണം. കാലത്തു തുടങ്ങിയ കത്തിയ്ക്കലല്ലെ. ഓക്സിജനൊക്കെ തീർന്നൂന്നാ തോന്നണ്.''ശരി-ശുഭരാത്രി..!!'' പള്ളിമനയും എഴുന്നേറ്റു. രാവിലെ നടത്തം പതിവുണ്ടെങ്കി നോക്കാം. കുറേശ്ശെ മഞ്ഞുണ്ടാകും. മഞ്ഞു ശ്വസിച്ചാൽ ശ്വാസം മുട്ടും കഫക്കെട്ടുണ്ടാകും കവി തല ചൊറിഞ്ഞുകൊണ്ടു നടന്നു. പതുക്കെ കോണിപ്പടി കയറി.

ഇവിടെ ഒരനുഭവമാണ്. കാവ്യലോകത്തെ മഹാരഥന്മാരുടെയെല്ലാം ഒരിടത്താവളം. സാംസ്ക്കാരിക നേതാക്കൾക്കെല്ലാം ആദ്യാവസാനം ആതിഥ്യമരുളുന്ന പാരമ്പര്യം. ചതുർവേദങ്ങളും ഭാഷാന്തരീകരണം നടത്തിയ പൈതൃക സ്മരണകൾ. കഥകളി വാദ്യങ്ങളുടെ താ ളമേളങ്ങളാൽ സംഗീത സാന്ദ്രമായ ദിനരാത്രങ്ങളുടെ ഓർമ്മകൾ. കുന്തിപ്പുഴയുടെ താരാട്ടു പാട്ടു കേൾക്കുന്ന തീരദേശങ്ങളിലെ മല

മേടുകളിൽ ഔഷധസസ്യങ്ങളുടെ വീര്യം. അന്തരീക്ഷ വായുവിൽ മന യോല മണക്കുന്നിടം!!

തരളമായ കവി മനസ്സ് മയക്കത്തിന്റെ നീലത്താഴ്വര വിട്ട് താണൊലിച്ചിറങ്ങുന്ന അനുഭൂതി.

നേർത്ത പദവിന്യാസം കേൾക്കുന്നുണ്ടോ? ചാരിയ വാതിൽ തുറക്കുന്നുണ്ടോ? തുളസിക്കതിരിന്റെ മണം പരക്കുന്നുണ്ടോ. നേർത്ത ശബ്ദം സ്വപ്നത്തിലോ. ജാഗരണത്തിലോ എന്നറിയാനാകുന്നില്ല.

''ഇനി എന്തെങ്കിലും?''

പതിഞ്ഞ സ്ത്രീ ശബ്ദം. എഴുന്നേറ്റിരുന്നു.

ഒന്നരയും മുണ്ടും നീലജാക്കറ്റും ധരിച്ച യുവതി. ഇരുപതിലേറെ പ്രായം തോന്നിക്കില്ല. കരിമഷി നീട്ടിയെഴുതിയ കണ്ണുകളിൽ തിളക്കം, അവൾ തലകുനിച്ച് വീണ്ടും ചോദിച്ചു.

ഇനിയെന്തെങ്കിലും...?

ഓ.... ഒന്നും വേണ്ട. അവൾ ഒന്നു കുണുങ്ങി കൂടുതൽ അടുത്തേക്കു നിന്നു. ''നീ...നീ...?'' കവിയുടെ ശബ്ദത്തിലിടർച്ച.

ഭയന്നുവോ. ഇത് ഞങ്ങളുടെ ഒരു മര്യാദയാണ്. അവൾ കട്ടിലിൽ ചേർന്നിരുന്നു. ചെമ്പകത്തിന്റെയും തുളസിക്കതിരിന്റെയും സമ്മിശ്ര ഗന്ധം. മധുരശബ്ദത്തിൽ അവൾ തുടർന്നു. ''മറിച്ചൊന്നും കരുതേണ്ട. അരുതായ്കയോ, വ്യഭിചാരോ ഒന്നുമല്ല. വിശേഷപ്പെട്ട വിരുന്നുകാരെ സൽക്കരിക്കുക. ഞങ്ങളുടെ ആഥിത്യമര്യാദയുടെ ഭാഗമാണ് ഇത്!!'' അവളുടെ കൈ തോളിലമർന്നു. അലക്കിയെടുത്ത കോടി വസ്ത്രങ്ങൾ ഉലയാതെ മാറ്റാൻ അവൾ തന്നെ മുൻകൈ എടുത്തു. ഇതുപോലൊരു രംഗം താനെപ്പോഴോ പ്രതീക്ഷിച്ചിരുന്നുവോ. കവി സ്വന്തം മനസ്സു ചികഞ്ഞു. നഷ്ടപ്പെടാത്ത കന്യകാത്വം ഇവൾ തനിയ്ക്കായ് കാത്തു വെച്ചിരുന്നുവോ...? മയക്കത്തിൽ അവളിൽ നിന്നുയർന്ന ഞെരക്കം പൂർണ്ണ സംതൃപ്തിയുടേതാണെന്നും മനസ്സിലായി. വിയർത്ത നെറ്റിത്തടം അവൾ ഉടുമുണ്ടാൽ തുടച്ചു തന്നു. വീണ്ടും കൈ നീട്ടി മലർന്നു കിടന്ന അവളുടെ മേനിയാകെ തടവുമ്പോൾ അടഞ്ഞ പാതിമിഴികളോടെ മൃദുമായി ഞെരങ്ങി. അടുത്തേക്കു ചെരിഞ്ഞ് ചെവിയടുപ്പിച്ചു പറഞ്ഞു.

പേരു പറഞ്ഞില്ലല്ലോ.....

ഉത്തരത്തിനു പകരം അവളുടെ ചോദ്യമായിരുന്നു.

''ഇനി കാണുമോ? ''കാണണമെന്നുണ്ട്...'' കവി പറഞ്ഞു.

''ഇല്ല. ഇനി ഒരിക്കലും കാണില്ല. കാണാനിടയില്ല.

അവൾ ഒന്നരയും മുണ്ടും ധരിച്ചു. തുവർത്തെടുത്ത് മുഖത്തും മാറത്തും തുടച്ചു. തുവർത്തു കുടഞ്ഞ് തോളത്തിട്ടു പറഞ്ഞു.

എന്റെ അച്ഛൻ അമ്മയോടിങ്ങിനെ പറഞ്ഞിരുന്നു. കാണണമെന്നുണ്ട് എന്ന്. ഒരിക്കലും കാണുകയുണ്ടായിട്ടില്ല. ഇപ്പോ ഇരുപതു കൊല്ലം കഴിഞ്ഞു. അമ്മതന്നയാണ് പറഞ്ഞത്. കാണാനിടയില്ല... അവൾ നിർത്തി. കവി ചോദിച്ചു അമ്മ അദ്ദേഹത്തെ അന്വേഷിച്ചില്ലേ?

അന്വേഷിച്ചോ എന്തോ! അമ്മ എന്നും ഓർക്കും. ഒരിക്കലും കുറ്റം പറഞ്ഞു കേട്ടിട്ടില്ല. ഇവിടത്തെ തിരുമേനിമാർക്കെല്ലാം അറിയാം അമ്മയ്ക്കദ്ദേഹത്തെ എന്തൊരു ഭക്തിയാണെന്നോ! എല്ലാവരും വിളിക്കുന്നത് ഭക്ത കവീന്നാണെല്ലോ!

ഒരു ഞെട്ടലോടെ കേട്ട ആ പദം മനസ്സിനെ തളർത്തി. ഭക്തകവി! ഇവൾ അമ്മു ! കവി മകൾ! ആരാധനയോടെ അവളെ ആലിംഗനം ചെയ്യവെ കൈകൾക്കു വിറ. അടക്കിപ്പിടിച്ച് കവിളത്തു തടവി ചെവിയിൽ മന്ത്രിച്ചു.

''കവി മകളേ, നീ എന്നെ അനുഗ്രഹിക്കണം. എനിക്ക് അമ്മുവിന്റെ അനുഗ്രഹം വേണം.!''

കവി അവളുടെ കാൽക്കൽ ഇരുന്നു. ആ കാൽകളിൽ പിടിയ്ക്കവെ അവൾ പിറകോട്ടു മാറി. അദ്ദേഹത്തിന്റെ രണ്ടു തോളിലും കൈയമർത്തി പറഞ്ഞു. ''ഞാൻ തന്നൂല്ലോ, അനുഗ്രഹം എല്ലാം എല്ലാം!''

ജനലിലൂടെ അരിച്ചെത്തിയ ഇളം കാറ്റിൽ വിടരുന്ന നിശാഗന്ധിപ്പൂക്കളുടെ മണം!!

■

ഇരുട്ടിനെ തീണ്ടിയ വെളിച്ചം

സന്ദർശകരുടെ നിലക്കാത്ത പ്രവാഹം കണ്ട് ഒരിക്കൽ ഡോക്ടർ പറഞ്ഞു.

''ഇതപകടമാണു സാർ. ഇനി വിസിറ്റേഴ്സിനെ ഞങ്ങൾക്കു നിയന്ത്രിയ്ക്കേണ്ടിവരും. വരുന്നവരോടെല്ലാം മാസ്റ്റർ രണ്ടുവാക്കെങ്കിലും സംസാരിയ്ക്കില്ലേ!... ദാറ്റീസ് ഡെയ്ഞ്ചർ!....

ഓരോ ചെറിയ ശബ്ദം കേൾക്കുമ്പോഴും അദ്ദേഹം തലയുയർത്തി നോക്കുന്നു. ആരെങ്കിലും കാണാൻ വരികയായിരിക്കും. നോട്ടം അസ്ഥാനത്താകില്ല. നാട്ടുകാരിലാരെങ്കിലുമായിരിയ്ക്കും. സഹപ്രവർത്തകർ, സുഹൃത്തുക്കൾ, ശിഷ്യർ.

ഡോക്ടർമാരുടേയും നേഴ്സുമാരുടേയും വിലക്കുകൾ ഗൗനിക്കാതെ ത്തന്നെ വന്നവരോടെല്ലാം സംസാരിച്ചു. വാക്കുകൾ പരിമിതപ്പെടുത്താൻ ശ്രമിച്ചു.

പിന്നീട്ട ഏഴു ദിവസങ്ങൾ ആസ്പത്രിയിൽ കിടക്കുന്ന ഒരു രോഗിയെ സംബന്ധിച്ചേടത്തോളം സുദീർഘമാണ്. വിരസവും അസഹ്യവുമായ ഏകാന്തതയുമാണ്. പക്ഷേ, കുഞ്ഞുണ്ണി മാസ്റ്ററെ സംബന്ധിച്ചേടത്തോളം ദിവസങ്ങൾക്ക് ദൈർഘ്യമേ ഇല്ലായിരുന്നു.

സന്ദർശകരിൽ പലരും മറന്ന മുഖങ്ങളാണ്. ശിഷ്യരുടെ മാറ്റം വന്ന മുഖങ്ങൾ. ഓർമ്മയിൽനിന്ന് അവരുടെ രൂപങ്ങൾ തിരഞ്ഞെടുക്കുക പ്രയാസമാണ്. ട്രൗസറും ഷർട്ടുമിട്ടു നടക്കുന്ന കൊച്ചുകുഞ്ഞുങ്ങൾ. പിന്നെ മുണ്ടിലേയ്ക്കും അത്യാവശ്യം പാന്റ്സിലേയ്ക്കും മാറുന്ന ആൺകുട്ടികൾ. ഹാഫ്സാരിയിലേയ്ക്കും മാറിവരുന്ന പരിഷ്കൃവേഷങ്ങ

ളിലേയ്ക്കും വ്യതിചലിക്കുന്ന പെൺകുട്ടികൾ.... അവരെയെല്ലാം മന സ്സിൽ കുഞ്ഞുങ്ങളായാണ് ഓർമ്മ.

ഇപ്പോൾ കാണുമ്പോൾ അവരിൽ കാലം വരുത്തിയ മാറ്റത്തെക്കു റിച്ച് അത്ഭുതം തോന്നും. ചുരുങ്ങിയ സമയത്തിനുള്ളിൽ കുശലപ്ര ശ്നങ്ങൾക്ക് മറുപടി പറയണം.

'എന്നാണു സാർ തുടങ്ങിയത്?'

'സാർ, ഇത് ആദ്യത്തെയാണോ?'

'സാർ ഇനിയെങ്കിലും സൂക്ഷിക്കണേ, അറ്റാക്ക് നാലാമത്തെ യാണ്.....?

'എങ്കിലും സാർ, ഞങ്ങൾക്കു സമാധാനമായി. വിവരം കേട്ടപ്പോൾ വല്ലാതെ പരിഭ്രമിച്ചു.'

ചോദ്യങ്ങൾക്കെല്ലാം മറുപടി പറയുമ്പോൾ യാന്ത്രികമാകാതെ ഹൃദയപൂർവ്വമാകാൻ കഴിവതും ശ്രമിച്ചു. സമാധാനപ്പെടുത്തലുകൾ പുഞ്ചിരിയോടെ അംഗീകരിച്ചു. നാലാമത്തെ അറ്റാക്കെന്ന അവരിലെ ഭയത്തെ നിസ്സംഗതയോടെ ലഘൂകരിക്കാൻ ശ്രമിച്ചു.

ഹാർട്ട് അറ്റാക്ക് നാലാമത്തെ തവണ ബാധിക്കുകയെന്നത് അപ കടകരമാണെന്നറിയായ്കയല്ല. ഡോക്ടർ പറഞ്ഞിരുന്നു.

'യു ആർ ലക്കി, സാർ. ഇത് ഫോർത്ത് ആണെങ്കിലും മൈനർ അറ്റാക്കാണ്. അൽപം കൂടി കൂടിയിരുന്നെങ്കിൽ...!!' അദ്ദേഹം കൈകൂപ്പി ക്കൊണ്ടു പറഞ്ഞു. 'താങ്ക് യു ഗോഡ്...!!'

നല്ലവനായ ഡോക്ടർ തനിയ്ക്കുവേണ്ടി ദൈവത്തോടു നന്ദി പറയുന്നു.

സന്ദർശകർക്കു പ്രവേശനമില്ലാതിരുന്ന സമയം. കുഞ്ഞുണ്ണിമാസ്റ്റർ ഒന്നു മയങ്ങാൻ ശ്രമിച്ചു. സമീപത്തുള്ള രോഗികളുടെ ഞരങ്ങലും മൂളലും കുറേശ്ശയുണ്ട്. ഡോക്ടർ വരേണ്ട സമയമായിരിയ്ക്കുന്നു.

ഗ്രാമത്തിലെ ഒരു പ്രൈമറി അദ്ധ്യാപകനായ താൻ ഈ വലിയ ആശുപത്രിയിലെ ഏറ്റവും ശ്രദ്ധിയ്ക്കപ്പെട്ടവനായി എന്നതിൽ അത്ഭുതം തോന്നാതിരുന്നില്ല. അടുത്ത ബെഡ്ഡിൽ കിടന്നിരുന്ന കോളേജ് പ്രിൻസിപ്പാൾ പറഞ്ഞു.

'എനിയ്ക്കത്ഭുതമുണ്ട് മാസ്റ്റർ!. എന്നെക്കാണാൻ വരുന്നവരും നിങ്ങളെ തേടിവരുന്നവരും തമ്മിൽ എന്ത് അന്തരം! ഒന്ന് ഫോർമാലിറ്റി മറ്റേതോ ഹൃദയപൂർവ്വം.....

കുഞ്ഞുണ്ണിമാസ്റ്റർ സ്വയം ഉത്തരം കണ്ടെത്താൻ ശ്രമിച്ചു. കേവലം പ്രൈമറി അദ്ധ്യാപകനായ തന്റെ ലോകം ചുരുങ്ങിയതായിരിക്കാം. പ്ര ത്യേകിച്ചും ഗ്രാമീണൻകൂടിയാകുമ്പോൾ, എങ്കിലും താൻ ചരിച്ച മാർഗ്ഗം നിഷ്ക്കളങ്കമാകണമെന്ന് വിശ്വസിക്കുന്നു. ഇതുവരെ പിന്നിട്ട വഴി പ രിശുദ്ധമാണെന്നും.

ഔദ്യോഗിക പാതയ്ക്ക് മുപ്പതു വർഷത്തിന്റെ ദൈർഘ്യമുണ്ട് കു ഗ്രാമത്തിൽ പ്രൈമറി അദ്ധ്യാപകനായി വന്ന കുഞ്ഞുണ്ണിനായർ. നാ നാജാതി മതസ്ഥരും താമസിയ്ക്കുന്ന ഗ്രാമം വിജ്ഞാനത്തിന്റെ കാ

ര്യത്തിൽ വളരെ പിറകിൽ. അന്ധവിശ്വാസങ്ങളും അനാചാരങ്ങളും കൊടികുത്തിവാണിരുന്നു. മനുഷ്യത്വത്തേക്കാൾ രൂഢമൂലമായ വിശ്വാസങ്ങളും ആചാരങ്ങളും തമ്മിൽത്തമ്മിലകറ്റിയിരുന്നു.

അക്ഷരങ്ങളും മനസ്സുകളുമായുള്ള മൽപിടുത്തം. ആദ്യമൊക്കെ കനത്ത എതിർപ്പുകൾ നേരിട്ടു. അവയെയെല്ലാം പുഞ്ചിരിയോടെ സ്വീകരിച്ചു. സ്നേഹത്തിന്റെ ഭാഷയിൽ സംസാരിച്ചു.

കാലത്തിന്നനുസരിച്ച് ഗ്രാമം വികസ്വരമായി. ഓലമേഞ്ഞിരുന്ന കൊച്ചു വിദ്യാലയം ഇന്ന് ഒന്നാംകിട ഹൈസ്ക്കൂളാണ്. സമൂഹത്തിന്റെ വിവിധതലങ്ങളിലായി ലോകമെമ്പാടും ഈ വിദ്യാലയത്തിൽനിന്നു പകർന്ന വെളിച്ചം പേറിയ മനുഷ്യരുണ്ട്.

മാസ്റ്റർ സ്വന്തം ശരീരത്തിലേയ്ക്കു നോക്കി, ഒന്നു നിശ്വസിച്ചു.

മുപ്പതുവർഷത്തെ നിസ്വാർത്ഥ സേവനത്തിന്റെ ആകത്തുക!!

ഏതു പൊതു സംരംഭത്തിന്റേയും മുന്നിൽ കാണുന്ന താൻ. വിവാഹത്തിലും വിവാഹമോചനത്തിലും പിറന്നാളിന്നും ചരമഅടിയന്തിരത്തിന്നും ഭാഗത്തിനും അതിർത്തിത്തർക്ക പരിഹാരത്തിലും പങ്കാളിയും മദ്ധ്യസ്ഥനുമായ താൻ ഇരുപതുവയസ്സുമുതൽ കൺമുന്നിലൂടെ തലമുറകളുടെ വളർച്ചകണ്ടു പരിചയിച്ച താൻ.

കാലടികളറിയാതെ, കാൽച്ചുവട്ടിലൂടൊഴികിയ കാലങ്ങളിൽ മറന്നുപോയ സ്വന്തം ജീവിതം.

പലപ്പോഴും സ്വപ്നം കണ്ട വളകളിട്ട സാന്ത്വനം....! ഓർമ്മയിൽ ഒരു മിഠായിയുടെ മധുരം പോലെ ആ കുപ്പിവളകളുടെ കിലുക്കം അപൂർവ്വമായി അലോസരപ്പെടുത്താറുണ്ട്.

രാജലക്ഷ്മിയെന്ന സഹാദ്ധ്യാപിക. കുലീനയും യൗവ്വനയുക്തയുമായ ആ ശാലീന സൗഭാഗ്യം. നഷ്ടപ്പെടുത്തിയതാണെന്ന് അടുത്ത സുഹൃത്തുക്കൾപോലും പറഞ്ഞു. തിരുമിറ്റക്കോട് അഞ്ചു മൂർത്തിയ്ക്കു മുന്നിൽ കൈകൂപ്പി പിൻതിരിഞ്ഞപ്പോൾ തൊട്ടുപിന്നിൽ വിഷാദ മിഴികളുമായി രാജലക്ഷ്മി...

''എന്താ ടീച്ചർ?''

ഓ! ടീച്ചർ ....! ഇനിയുമെന്നെ പരീക്ഷിയ്ക്കണോ....

വേണ്ട. ഞാൻ പരീക്ഷിക്കുന്നില്ല. ടീച്ചർക്ക് ഒരു നല്ല ഭാവിനേരുന്നു....

അവരുടെ ദൃഷ്ടിയിൽ താനൊരു മണുക്കൂസായിരിക്കാം. ഒരു പ്രേമകഥ തന്റെ പേരിൽ സൃഷ്ടിക്കപ്പെടരുതെന്ന് ബോധപൂർവ്വം ആഗ്രഹിച്ചു. എന്നിട്ടും ചിലരാരോപിച്ചെങ്കിലും നിരാശരായത് അവരാണ്...

അതുപോലെ മനസ്സിൽ അപൂർവ്വാവസരങ്ങളിലെങ്കിലും മിന്നിമറഞ്ഞ നല്ലൊരു വീടെന്ന സങ്കൽപം....

വീട്ടുമുറ്റത്ത് കൊച്ചു കാലടികൾ....

മാസ്റ്റർ നിശ്വസിച്ചു. പിന്നീടു സ്വയം കുറ്റപ്പെടുത്തി. ഈ ശയ്യയിൽ കിടന്ന്. താൻ വികാരാധീനനാവാനെന്തേ....! പ്രിൻസിപ്പാൾ പറഞ്ഞ വാക്കുകളോർത്ത് സ്വയം സാന്ത്വനം കണ്ടെത്തി.

അയാളേക്കാൾ അംഗീകാരമുള്ളവനാണുതാൻ. ആയിരങ്ങൾ

തനിയ്ക്കു വേണ്ടി പ്രാർത്ഥിക്കുന്നു....

സന്ദർശകർ കൊണ്ടുവന്ന ഉപഹാരങ്ങളുണ്ട്. ചിലർ പരഹാരങ്ങൾ കൊണ്ടുവരും. വസ്ത്രങ്ങൾ, പണം....! എല്ലാം വിലക്കുമ്പോൾ അവരുടെ മുഖം ഇരുളാറില്ല.

'' മാഷെ....! മാഷേപ്പോലെ ഒരാൾ-''

അതു കേട്ടു ചിരിച്ചു അവരോടു പറഞ്ഞു. ''അതേയെടോ അതുതന്നെയാണല്ലോ ഞാൻ! എന്നെപ്പോലെ വേറെ ഒരാളുണ്ടെങ്കിൽ പിന്നെ എനിയ്ക്കെവിടെ വ്യക്തിത്വം!!

തനിയ്ക്കു കിട്ടുന്നതെല്ലാം അടുത്ത ബെഡ്ഡിലുള്ളവർക്കു വിതരണം ചെയ്യുമ്പോഴും അവശരായ മറ്റു രോഗികൾക്കു സാമ്പത്തിക സഹായം ചെയ്യുമ്പോഴും അടുത്തുള്ളവർ അന്വേഷിച്ചിരുന്നു.

ആരാണയാൾ.....?

ഒരു മാഷാണ്. പേര് കുഞ്ഞുണ്ണി.

''ഒരു പ്രമുഖവ്യക്തിയാണെന്നുതോന്നുന്നു. നോക്കൂ... മെഡിക്കൽ കോളേജിലെല്ലായിടത്തും ഓരോരുത്തർ വന്ന് അയാളെ തിരക്കുന്നു...!

മാസ്റ്റർ എല്ലാം കേട്ടു. അദ്ദേഹം ആത്മഗതം ചോദിച്ചു. എല്ലാവർക്കും എന്നെക്കുറിച്ച് ഇത്രയും ശ്രദ്ധയുള്ളപ്പോൾ എടോ ഹൃദയമെ, താനെന്തിന് എന്നെ അപകടപ്പെടുത്തുന്നു.?

സ്വന്തം ഹൃദയത്തിന് തന്നെ അപകടപ്പെടുത്തണമെന്നു തിടുക്കമോ...!

ഭൂതകാലസ്മരണകളിലൂടെ, വർത്തമാനാനുഭവങ്ങളിലൂടെ, ഭാവിസ്വപ്നങ്ങളിലൂടെ ഊളിയിട്ട് തരളമായ മാസ്റ്ററുടെ മനസ്സ് ഒന്നു മയങ്ങി.

''എനിയ്ക്കെന്റെ മാഷെകാണണം...''

അത്യുച്ചത്തിൽ പരുഷമായുയർന്ന ആ പുരുഷശബ്ദം കേട്ട് മാസ്റ്ററും ഞെട്ടി. തന്റെ ബെഡ്ഡിന്നടുത്ത് ഒരു താടിക്കാരൻ നിൽക്കുന്നു. തന്നെ നോക്കാൻവന്ന നേഴ്സ് പരിഭ്രമിച്ചാണുനിൽപ്പ്...!!

മാസ്റ്റർ കണ്ണുകളുയർത്തി നോക്കി. താടിയും മുടിയും നീട്ടി ഭീകരരൂപിയായ അയാൾ പരുക്കൻ ജുബ്ബയും മുഷിഞ്ഞമുണ്ടും ധരിച്ചിരിക്കുന്നു. തോളിൽ തൂക്കിയിട്ട ചീർത്ത സഞ്ചി.

''സാർ, ഞാനാണ് ഗോകുൽ....''

മാസ്റ്റർ ഓർമ്മയിൽനിന്നാ പേരു തപ്പിയെടുക്കാൻ ശ്രമിച്ചു. ഗോകുൽ....

ഹൈസ്കൂളിൽ പത്താംക്ലാസ്സു പരീക്ഷയിൽ സ്റ്റേറ്റു റാങ്കു നേടിയ ഗോകുൽ. തനിക്കേറ്റവും ഇഷ്ടപ്പെട്ട വിദ്യാർത്ഥി പിന്നീട് കോളേജുതലത്തിൽ പേരെടുത്ത ഗോകുൽ ഒന്നാംതരം ബുദ്ധിജീവിയായറിയപ്പെട്ടു. പക്ഷേ....

പിന്നീട് ഗോകുലിനെപ്പറ്റി കേട്ട വാർത്തകൾ മാസ്റ്ററെ ദുഃഖിപ്പിച്ചു. വീടും കുടുംബവും നാടുമുപേക്ഷിച്ച് അസ്ഥിത്വദുഃഖവും പേറി നടക്കുന്ന മനുഷ്യൻ- പല നിരോധിത സംഘടനകളിലും ബന്ധപ്പെട്ടവനെന്നു സംശയിക്കപ്പെട്ടു. സാമൂഹ്യവിരുദ്ധനെന്ന് പലരും

ചിത്രീകരിച്ചുകേട്ടു. മാസ്റ്റർ അന്നെല്ലാം സമാധാനിച്ചു. ഗോകുൽ തിരിച്ചുവരും....!!!

ഒരു നാൾ തന്റെ മുന്നിൽ വന്നുപെട്ടാൽ അയാളെ നേരെയാക്കാമെന്നുറപ്പിച്ചിരുന്നു. പരിചയമുള്ളവരോടെല്ലാം പറഞ്ഞയച്ചു- ഗോകുലിനോട് തന്നെ വന്നു കാണാൻ. ഗോകുൽ വന്നില്ല.

ഇന്നിപ്പോൾ....

സാർ ഓർക്കുകയാണെന്നു മനസ്സിലായി. അതെ സാർ! മാസ്റ്ററുടെ കാൽക്കൽ ഞാനിതാ വന്നു. മാസ്റ്ററുടെ ഗോകുൽ....!!

മാസ്റ്റർ ഒന്നു ചിരിച്ചു.

ഇരിയ്ക്കു ഗോകുൽ....

ഗോകുൽ മടിച്ചുനിന്നു. കൈകെട്ടി രോഗശയ്യയിൽ കിടക്കുന്ന മാസ്റ്ററെ അയാൾ നിർന്നിമേഷനായി നോക്കി. ആ രൂപവും ഭാവവും കണ്ട് മാസ്റ്ററുടെ കണ്ണുകൾ തിളങ്ങി. അദ്ദേഹം കട്ടിലിൽ ചാരിയിരുന്ന് നിർബ്ബന്ധിച്ചു.

''ഉം. ഇരിയ്ക്കു....''

ഗോകുൽ അനുസരിച്ചു. ബെഡ്ഡിന്നരികിൽ കസാല നീക്കിയിട്ട് ഗോകുൽ ഇരുന്നു.

''അസ്തിത്വ ദുഃഖം തീർന്നോ ഗോകുൽ?''

ചോദ്യം കേട്ട് ഗോകുൽ ഒന്നു ഞെട്ടി. പിന്നീടു ചിരിച്ചു. വികൃതമായ ചിരി, അയാൾ പറഞ്ഞു.

''സാർ, എല്ലാം തീരുമെന്നുകരുതിയതാണ്. കൊലമരത്തിൽ നിന്നിറങ്ങിപ്പോന്ന ഞാനിന്ന് ആത്മാവിന്റെ പുനർജ്ജനി തേടുന്നു.''

''ഗോകുൽ... ഞാൻ ഒരു പ്രൈമറി അദ്ധ്യാപകനാണ്. പറയുന്നത് അസംബന്ധമായേക്കും....''

''അയ്യോ സാർ.... സാറങ്ങനെ പറയരുത്. സാറിന്റെ മുന്നിൽ നേരെ നിൽക്കാൻ ധൈര്യമില്ലാത്തതുകൊണ്ടാണ് പലപ്പോഴും ഞാനൊഴിഞ്ഞുമാറിയത്... ഇനി സാറിന്റെ പാതയാണെന്റെ അവലംബം.....''

''ഓഹൊ അങ്ങനേയോ?'' മാസ്റ്റർ അത്ഭുതം പ്രകടിപ്പിച്ചു.

''അതെസാർ.... സാമൂഹ്യബാദ്ധ്യതയിൽ നിന്ന് ആരും മുക്തനായിക്കൂടാ സാർ. എല്ലാം നിഷേധിച്ചും ധിക്കരിച്ചും നടന്ന ഒരൊറ്റയാന്റെ ദുഃഖം മാസ്റ്ററുടെ കാൽകളിൽ വീണവസാനിക്കുന്നു...''

തന്റെ കാൽക്കൽ വീഴുന്ന അനുഭവസമ്പന്നനായ ആ മനുഷ്യനെ പിടിച്ചെഴുന്നേൽപിയ്ക്കവെ മാസ്റ്റർ പറഞ്ഞു.

''കാലമുണ്ട് ഗോകുൽ... കാലം താങ്കളെ ജനമുന്നണിയിൽ കാണിക്കട്ടെ...''

തന്റെ പരുക്കൻ ജീവിതാനുഭവങ്ങൾ ഗോകുൽ പറഞ്ഞു. മഹത്തായ ലക്ഷ്യങ്ങൾ പലതും ലക്ഷ്യമല്ലെന്നയാളറിഞ്ഞു. അടിസ്ഥാനത്തെപ്പറ്റിയുള്ള ഓരോരോ വിശദീകരണങ്ങളാണെന്നും.....! ഒറ്റപ്പെട്ട അതിസാഹസികത്വത്തിൽ വിശ്വസിച്ച അയാൾ ഏറ്റവും ദുർബ്ബലനായി തലകുനിച്ചു വന്നിരിക്കുന്നു.

ഗോകുൽ തരളിതായി എഴുന്നേറ്റു. അയാൾ പറഞ്ഞു.

''സാർ... ഞാൻ തിരിച്ചുവന്നെന്നിരിക്കും, തിരിച്ചുവന്നില്ലെങ്കിൽ ഞാൻ മാസ്റ്ററിലൂടെ ജീവിയ്ക്കും!! ശരിസാർ–

അയാളെ മുഴുവൻ പിടികിട്ടാതെ മാസ്റ്റർ നോക്കിയിരിയ്ക്കവെ, അയാൾ കൂപ്പുകൈയോടെ നാടകീയമായി എഴുന്നേറ്റുനടന്നു.

തിരിച്ചുവിളിക്കാൻ മാസ്റ്റർ ശബ്ദമുയർത്തി. അയാൾ തിരിഞ്ഞു നോക്കാതെ വേഗത്തിൽ നടന്നുനീങ്ങി. അദ്ദേഹം പതുക്കെ എഴുന്നേറ്റു. മുഴുമിക്കാനാകാത്ത ഒരു സമസ്യപോലെ നീങ്ങുന്ന തന്റെ ശിഷ്യനെ നോക്കി അദ്ദേഹം വാർഡിന്റെ വാതുക്കൽ പിടിച്ചുനിന്നു.

''.....കുഞ്ഞിണ്ണിനായർ മാസ്റ്റർ'' ആശുപത്രിയുടെ സുപ്രണ്ട് പിന്നിൽനിന്നു വിളിച്ചു. മാസ്റ്റർ തിരിഞ്ഞു നോക്കി

''ഒരു ഗോകുൽ ദാസ് മുദ്രക്കടലാസിൽ എഴുതിത്തന്നിരിക്കുന്നത് മാസ്റ്ററെ അറിയിക്കാനുണ്ട്. മാസ്റ്റർക്ക് ഹാർട്ടിന്ന് അസുഖമാണെങ്കിൽ ഉടൻ വിവരം കൊടുത്താൽ താനെത്തുമെന്നും എവിടെ കൊണ്ടു പോയെങ്കിലും അയാളുടെ ഹൃദയമെടുത്ത് മാസ്റ്റർക്ക് വെയ്ക്കണമെന്നും...!!!

മാസ്റ്റർ ഒന്നു ചിരിച്ചു. സുപ്രണ്ട് ചോദിച്ചു:

''ഹൂ യീസ് സാർ?...''

''എന്റെ ഒരു ശിഷ്യൻ....'' മാസ്റ്റർ ഉത്തരം പറഞ്ഞു.

■

വെള്ളിയാങ്കല്ല്

പത്തുമുറം വിലയ്ക്കുവിറ്റ് ഒരു മുറം വെറുതെ കൊടുക്കുന്ന പാക്കനാരുടെ കഥപറഞ്ഞ് ശങ്കുണ്ണിയമ്മാവൻ കുലുങ്ങിച്ചിരിച്ചു. കേട്ടിരുന്ന പേരമക്കൾക്ക് മനസ്സിലായില്ല. അവർ മുറം കണ്ടിട്ടില്ല. മുറ്റത്ത് അടിച്ചുവാരുന്ന കുഞ്ചിയമ്മയുടെ കൈയിൽ പ്ലാസ്റ്റിക് കോരികയാണുള്ളത്.

മുറം! അതെന്താ വല്യമ്മാമേ? അർജ്ജുന്നറിയണം. അഖിലമോൾ അറിയാവുന്നപോലെ പറഞ്ഞുകൊടുത്തു. എടാ, വേസ്റ്റ് കേരിയർ. ജസ്റ്റ്ലൈക്ക് കുഞ്ചിയമ്മ മുറ്റം തൂത്തുവാരുന്നതു കണ്ടിട്ടില്ലേ?

ഓ! അങ്ങിനത്തേതോ...! അർജുൻ മനസ്സിലായെന്ന് നടിച്ചു.

അപ്പോഴും വലിയമ്മാവൻ കുലുങ്ങിച്ചിരിച്ചു. വയറിന്റെ ചുളിവുള്ള മടക്കുകൾ ഇളകി. കുട്ടികൾ കുലുങ്ങുന്ന വയറും വെപ്പുപല്ലാൽ തിളങ്ങുന്ന ചിരിയും കൗതുകത്തോടെ നോക്കി. അമ്മാവൻ വിശദമാക്കി.

മക്കളേ, മുളയുടെ തടി അടരുകളാക്കി കീറിയെടുത്ത് കുട്ടയും വട്ടിയും മുറവുമുണ്ടാക്കും. പണ്ട് വീടുകളിലെ ഉപകരണങ്ങളായിരുന്നു അവ. പനമ്പും പായയുമൊക്കെ ഉണ്ടാക്കിയിരുന്നു. അപൂർവ്വമായി ഇപ്പോഴുമുണ്ട്. അമ്മാവൻ തുടർന്നു. ആരാണതെന്നറിയോ! അവരാണ് പറയനാര്.

പത്ത് മുറം വിറ്റ് ഒരു മുറം വെറുതെ കൊടുക്കുന്ന പാക്കനാരെന്ന് പേരുള്ള പറയനാർ.

എന്തിനാ മാമേ ഒരെണ്ണം ഫ്രീ കൊടുക്കണേ?

അഖിലയുടെ ചോദ്യത്തിന് അർജുൻ മറുപടി പറഞ്ഞു.

പിരാന്തായവും?

വലിയമ്മാവന്റെ മുഖം ചുവന്നു.

''അവനവന് മനസ്സിലാത്ത കാര്യാണെങ്കി പ്രാന്താന്ന് പറയ്യോ? എന്താ കുട്ട്യേ ഇങ്ങന്യൊക്കെ? ഹായീ.

''മാമ പറയൂ'' അഖിലമോൾക്ക് അറിയാൻ താൽപര്യമായി.

''മോളെ, മഹാന്മാർ എന്ത് പ്രവർത്തിക്കുമ്പോഴും അതിന്റെ പിന്നിൽ നമ്മളൊന്നും കാണാത്ത എന്തെങ്കിലും അർത്ഥവും ഉദ്ദ്യേശ്യവുമുണ്ടാവും''. ഉം പറയൂ. രണ്ടുപേരും ഒന്നിച്ചുപറഞ്ഞു വലിയമ്മാവൻ തുടർന്നു.

അത്യാവശ്യത്തിന് വിലയും മുടക്കുമുതലും കിട്ടിയാൽ പിന്നെ അധികം പണം കൈയിൽ വെയ്ക്കരുത് അത്യാഗ്രഹം ആപത്തുവരുത്തും.

ആ കാരണവരുടെ പേരെന്താന്നാ പറഞ്ഞേ? അർജ്ജുൻ ആലോചിച്ചുകൊണ്ടു ചോദിച്ചു.

പാക്കനാർ-പറയനാർ. അഖില പറഞ്ഞു. പാക്കനാരേ, പറയനാരേ, അവർ രണ്ടുപേരും ഒരുമിച്ചു ഈണത്തിൽ കൈകൊട്ടി പാട്ടുപോലെ പറഞ്ഞു. ''പാക്കനാർ ഇപ്പോഴുണ്ടോ മാമേ? അവർക്കറിയണം.

അന്നത്തെ പാക്കനാരില്ല. എന്നാൽ ആ വംശത്തിൽ പിറന്നവരുണ്ട് പത്തുനൂറു കുടുംബങ്ങളുണ്ട് ഓരോ വീട്ടിലും ആൺകുട്ടി പിറന്നാൽ പാക്കൻ എന്നു പേരിടും. പിന്നീട് വിളിപ്പേര് എന്തുമാകാം.

അപ്പോൾ എത്ര പാക്കനാരുണ്ടാവും? അഖിലയ്ക്ക് അത്ഭുതം തോന്നി. വലിയമ്മാവൻ പറഞ്ഞു. ''ചെറിയ പാക്കൻ, വലിയ പാക്കൻ, കുഞ്ഞിപ്പാക്കൻ, വെളുത്ത പാക്കൻ, കുള്ളൻ പാക്കൻ'' അങ്ങിനെ ഒരു പാട്.

ഇന്നെന്താ പഴംപുരാണമാണോ? ശങ്കുണ്ണിമാമനെ ഫയറ് ചെയ്യാണോ? അച്ഛൻ ഇറങ്ങിവരുന്നത് അഖിലയും അർജുനും അറിഞ്ഞിരുന്നില്ല. അദ്ദേഹം മക്കളോടായി പറഞ്ഞു. ഞാൻ ഐതിഹ്യമാല വാങ്ങിത്തരാഞ്ഞിട്ടല്ലല്ലോ. മലയാളം വായിക്കാൻ ശീലിക്കാഞ്ഞിട്ടല്ലേ.

ശങ്കുണ്ണി മാമൻ മൂക്കത്ത് വിരൽവെച്ചു. കഷ്ടാണേ. പെരുമ്പിലാവിലെ ശങ്കുണ്ണി മേനൊന്റെ പേരമക്കൾക്ക് മലയാളം എഴുതാനും വായിക്കാനും അറീല്യാന്ന് ലോകം അറിയണ്ട. ''പണ്ഡിതത്തറവാടാന്നാ' പറയ്യാ. കഴിഞ്ഞ കൊല്ലം കൂടി വിദ്യാരംഭത്തിന് കുട്ടികളെ എഴുത്തിനിരുത്താൻ തുഞ്ചൻ മഠത്തിൽ നിന്ന് ആളെ അയച്ചിരുന്നു. ഇക്കുറി വയ്യ. കാൽമുട്ട് മടങ്ങാൻ നന്നെ പ്രയാസം. ഇരുന്നാൽ പിന്നെ എണീക്കാനും. ഉം...''

അമ്മാവൻ ദീർഘമായി മൂളി.

''ഫ്ളാറ്റ്ന്ന് എറങ്ങുമ്പൊ നിങ്ങളവരോട് പറഞ്ഞതല്ലെ നാട്ടിൽ പോയാ വെള്ളിയാങ്കല്ല് ക്രോസ്‌വേ റഗുലേറ്റർ കാണിച്ചുകൊടുക്കാന്ന്, ഭാരതപ്പുഴയുടെ തീരത്തുകൂടി നടക്കുന്നത് സ്വർഗ്ഗീയാനുഭവമാണെന്ന്. അതൊക്കെ ഒരു ആർട്ടിഫിഷ്യൽ നൊസ്റ്റാൾജിയായിരുന്നോ? കൃത്രിമമായ ഗൃഹാതുരത്വം....''

രമണീമേനോൻ തുറന്നടിച്ചു. മുരളീ മേനോൻ മൂകനായി. മരുമകളുടെ സംസാര ശൈലി ശങ്കുണ്ണിയമ്മാവനിഷ്ടമായി. അദ്ദേഹം രണ്ടു പേരോടുമായി പറഞ്ഞു. ആ! ഒക്കതിനും സമയമുണ്ടല്ലോ.

''ഇന്നലെങ്ങട്ട് വന്നു കയറിയല്ലേ ഉള്ളൂ. ഡൽഹീലെ ചൂടിൽ നിന്നും തിരക്കിൽ നിന്നും മാറി, ഒന്നു വിശ്രമിക്കട്ടെ. അല്ലേ മുരളീ...''

ഡൽഹിയിലും ചില ഭാഗങ്ങൾ കേരളം പോലെയായിരിക്കുന്നു. ഞങ്ങളുടെ മയൂർ വിഹാർ മിനി കേരളമായിരിക്കുന്നു. ഇക്കൊല്ലം അയ്യപ്പൻ വിളക്കക് നടത്തിയത്. ഇരുനിലം കൊട്ടെ മണിയൻ നായരും സംഘവുമായിരുന്നു. ഞങ്ങളൊക്കെ പോയി കണ്ടു.

''നിങ്ങടെയൊക്കെ സങ്കൽപത്തിലെ പുഴയും തീരവുമൊന്നു മല്ലിപ്പോൾ കുട്ടികൾക്കൊന്നു കാണിച്ചു കൊടുത്തോളൂ. ഓരോ കൊല്ല വും മാറിമാറിക്കൊണ്ടിരിക്കുന്നു.''

രമണീ മേനോൻ ഇടപെട്ടു. 'ഐതിഹ്യമാലയിലെ പറയിപെറ്റപന്തിരുകുല'ത്തിന്റെ കഥ കുട്ടികൾക്കെല്ലാം രസമായി പറഞ്ഞുകൊടുക്കാറുണ്ട്, ഫ്ളാറ്റിലുള്ള എല്ലാ വിഭാഗക്കാർക്കും. ഇന്നാ കുടുംബക്കാരൊക്കെയുണ്ടോ മാമേ? ഉണ്ടെന്നാണിദ്ദേഹം പറയുന്നത്. അവൾ മുരളിയെ ചൂണ്ടി പറഞ്ഞു.

''ഐതിഹ്യം പിന്നെ ഉള്ളതാണോ എന്ന് ചോദിക്കുന്നതിനർത്ഥമില്ല മോളേ. ഐതിഹ്യം ഐതിഹ്യമായി കരുതുന്നതല്ലേ സുഖം. ഐതിഹ്യം കലർന്ന ഭൂപ്രദേശങ്ങളും സ്ഥാപനങ്ങളും ഇപ്പോഴുമുണ്ട്. വെള്ളിയാങ്കല്ല് കാണണമെന്നല്ലേ പറഞ്ഞത് കണ്ടു വരിൻ.''

വലിയമ്മാവൻ എല്ലാവരേയുമൊന്ന് തലചെരിച്ചു നോക്കി. രമണി ചോദിച്ചു. ''എപ്പളാ പോവണ്ട് അർജു!''

''ഐ ആം റെഡി ''- അവൻ എഴുന്നേറ്റു. ''ഐ ആൾസോ'' - അഖില പെട്ടെന്നെഴുന്നേറ്റു കൈരണ്ടും കുടഞ്ഞു.

''കുട്ട്യോളെ, മലയാളം എഴുതാനും വായിക്കാനുമല്ലേ അറിയാതുള്ളൂ. നല്ലോണം പറഞ്ഞു ശീലിക്കിൻ. ശങ്കുണ്ണിയമ്മാവൻ പറഞ്ഞു. ഞാൻ അവരോട് മലയാളം തന്ന്യാ പറയാറ്. ഫ്ളാറ്റിലെ പല ഭാഷക്കാരായ പിള്ളേർക്ക് പൊതുവെ ഇംഗ്ലീഷാ ഭാഷ. സിലബസും മീഡിയവും ഇംഗ്ലീഷാണല്ലോ.''

''വലിയമ്മാമ വരണം ഞങ്ങടെ കൂടെ. കുട്ടികൾ ഒന്നിച്ചുപറഞ്ഞു, അദ്ദേഹം നിരസിച്ചു.'' വേണ്ട മോളെ. നിങ്ങള് നടന്നു കാണിൻ അമ്മാമ വരുമ്പോ ഒരു വടിയും വേണം. പിന്നെ കയറ്റോം ഇറക്കോം കാണും. പിടിക്കേണ്ടിവരും. ബുദ്ധിമുട്ടാ. രമണിയും അതംഗീകരിച്ചു. വല്യമ്മാമയ്ക്ക് വയ്യാത്തോടത്ത് ബുദ്ധിമുട്ടിക്കണ്ട.

''ഡാഡീ-സ്റ്റാർട്ട്, വെള്ളിയാങ്കല്ല് -ടു വെള്ളിയാങ്കല്ല്.'' അർജ്ജുൻ മുന്നിൽ നടന്ന് കാറിന്റെ മുൻവാതിൽ തുറന്നു.

നല്ലസമയം മഴ പെയ്യാഞ്ഞാമതിയായിരുന്നു. കാർ സ്റ്റാർട്ടു ചെയ്തുകൊണ്ട് മുരളീമേനോൻ പറഞ്ഞു. ഇരുഭാഗത്തും നേന്ത്രവാഴകളും തെങ്ങുകളും നിറഞ്ഞ പാടത്തിന്നു നടുവിലൂടെ ചെറിയ കുണ്ടും കുഴിയുമു

ള്ള റോട്ടിലൂടെ കാർ നീങ്ങി.

അയാൾ പറഞ്ഞു.

''നോക്കൂ. കാണുന്ന പാടമൊക്കെ നമ്മുടെ തറവാട്ടുവകയായിരുന്നു. ഓരാൾക്കുയരത്തിലായിരുന്നു നെല്ല് വിളഞ്ഞു നിന്നിരുന്നത്. ഇപ്പോൾ മറ്റ് വിളകളായി. പാടമെല്ലാം നികത്തി. കണ്ടോ നിറയെ വീടുകൾ.''

''നമുക്കിവിടെ ഒരു ഫ്ളാറ്റുണ്ടാക്കണംട്ടോ അച്ഛാ!'' അഖില അഭിപ്രായം പറഞ്ഞു.

ഓ! റോഡ് വീതിയേറിയ ഭാഗത്തെത്തിയപ്പോൾ മുരളി വണ്ടി സ്ലോവാക്കി. ഇടതുഭാഗത്തേക്ക് തിരിയുന്നേടത്ത് റോഡിന്നപ്പുറത്തായുള്ള ബോർഡ് അർജ്ജുൻ വായിച്ചു. ''ദേ വെള്ളിയാങ്കല്ല് കോസവേകം റഗുലേറ്റർ.''

''മിടുക്കൻ. മലയാളത്തിലെ ബോർഡ് വായിച്ചല്ലോ.'' രമണി അവന്റെ തോളത്തു തട്ടി. ഊം താഴെ ഇംഗ്ലീഷിലുമുണ്ട്. വെയ്റ്റിംഗ് ഷെഡ്ഢിനടുത്ത് വാതിലുള്ള ഭാഗത്തേക്ക് അയാൾ കാർ ഒതുക്കിനിർത്തി. നമുക്ക് നടന്നുകാണാം. ഇതാണോ വെള്ളിയാങ്കല്ല്? അർജുൻ ചോദിച്ചു.

''കല്ലല്ല കുട്ട്യേ. ഇത് പാലം. കല്ല് പാലത്തിന്റെ കിഴക്കെ അരികിൽ.''

ഒറ്റത്തുവർത്തുമുണ്ടുടുത്ത് ഒരു വൃദ്ധൻ അവർക്കടുത്തേക്ക് വന്നു. അയാളുടെ ചുമലിൽ ഒരു ചാസറസുസഞ്ചിയുണ്ട്. വലതുകയ്യിൽ അറ്റത്ത് വെള്ളി കെട്ടിയ ഊന്നുവടി. പരിചിതനെപ്പോലെ ചിരിച്ചുകൊണ്ട് വൃദ്ധൻ പറഞ്ഞു.

''ഇവിടെ പുഴവക്കത്തുനിന്ന് അക്കരേക്ക് നോക്കൂ. പുഴ നിറഞ്ഞു കവിയുന്നതായി മനസ്സിൽ സങ്കൽപിക്കണം. വെള്ളിയാങ്കല്ലിന്റെ ചരിത്രം എന്നാലേ തുടരങ്ങാൻ പറ്റൂ.''

ഈ കാരണവര് രസികനാണല്ലോ. നമുക്കിങ്ങോരെ നമ്മുടെ ഗൈഡാക്കാം. അഖില പറഞ്ഞു. വൃദ്ധൻ തിരിഞ്ഞുനിന്നു. ''അതൊക്കെ നമുക്ക് പിന്നെ തീരുമാനിക്കാം. വരിൻ. പുല്ലിൽക്കൂടി പതുക്കെ നടക്കിൻ''. വൃദ്ധൻ അവരെ നയിച്ചു. നദീതീരത്ത് അല്പം വെള്ളമുള്ള ഭാഗത്ത് കൂട്ടിയിട്ട കരിങ്കല്ലുകൾ ചൂണ്ടി അയാൾ പറഞ്ഞു.

''നോക്കിൻ ഇതാണ് പഴയ തോണിക്കടവ്. ഈ കല്ലിലിരുന്ന് ഒരാൾ തോണിയാത്രക്കാരെ കാക്കും. വാപ്പു. ആളുകൾ വാപ്പുക്ക എന്ന് വിളിക്കും. അക്കരെ പരുതൂരിനേയും ഇക്കരെ തൃത്താലയേയും യോജിപ്പിക്കുന്ന കടത്തുകാരന്റെ തോണിയുടെ മാർഗ്ഗത്തിൽ നിന്നാണ് വെള്ളിയാങ്കല്ല് പലത്തിന്റെ ആശയം.''

അവർ പരസ്പരം നോക്കിനിന്നും. കാരണർ ഇനിയെന്ത് പറയുമെന്ന് പ്രതീക്ഷിച്ചു നിശ്ശബ്ദരായി നിന്നു.

വൃദ്ധൻ കൈ ചൂണ്ടിക്കൊണ്ട് പറഞ്ഞു. ''അതാ നോക്കൂ. ആ കാണുന്നത് പരുതൂർദേശം. പ്രധാന ക്ഷേത്രമാണ് കൊടിക്കുന്നത്. അഗ്നിഹോത്രി കുടുംബത്തിലെ ഒരു നമ്പൂതിരിയായിരുന്നു ശാന്തിക്കാരൻ. ഇവിടന്ന് അക്കരേക്കും ശാന്തി കഴിഞ്ഞ് അക്കരെ നിന്നിവിടേക്കും പുഴ കടന്നിരുന്നത് വാപ്പുവിന്റെ തോണിയിലാണ്. രാത്രി ഇരുട്ടിയാൽ

വാപ്പു തിരമേനിയെ കൂവി വിളിക്കും.

''തമ്പ്രാ പൂ.... പൂയ്...''

''ആ കൂവൽ ഏതു നിറവെള്ളത്തിലും ഇക്കരെനിന്നവിടെ കേൾക്കാം. തിരുമേനി തന്റെ കൈയിലെ റാന്തൽവിളക്ക് ഉയർത്തിക്കാണിക്കും. ഒന്നുകൂടി കൂവി തോണിയിറക്കും.''അദ്ദേഹം ഒന്നു നിർത്തി. അർജുൻ ഒന്നുകൂടി പൂയ്.

എല്ലാവരും കളിയാക്കിച്ചിരിച്ചു. ''ഇതെയ് പിടക്കോഴി കൂവണ പോലെ. പൂപൊയ്... ഇക്കരെ നിന്നക്കരെ അലയ്ക്കണം. നിലാവുള്ള രാത്രിയിൽ നിറഞ്ഞ പുഴയ്ക്കുമീതെ കൂവൽ നാദമങ്ങനെ പോകുന്നത് മനസ്സിൽ കാണൂ. അദ്ദേഹം അവരുടെ സങ്കല്പമുണർത്തി. ശബ്ദം നീങ്ങിയ വഴിക്കു നിറം കൊടുക്കൂ.''

''അങ്ങനെയാണ് കോസ്‌വേയുടെ സങ്കല്പം അല്ലേ!'' മുരളീ മേനോന്റെ ഭാവനയുണർന്നു. രമണിയും കുട്ടികളും കണ്ണുതുറന്നു. കാരണവർ പറഞ്ഞു. ''വരിൻ. ഇനി പാലത്തിലൂടെ നടക്കാം. കിഴക്കോട്ട് നടന്ന് തൃത്താലക്കടവിലേക്ക് തോണി കയറിയെത്താം. ഇവിടേക്ക് ന ടന്നുവരാം.''

''വെള്ളിയാങ്കല്ല് ടു വെള്ളിയാങ്കല്ല് ''- അഖില പറഞ്ഞു. '' അഖിലേ ആ കാരണോർക്ക് നിന്റെ ഇംഗ്ലീഷൊന്നും പിടിക്കില്ല. നമ്മടെ ഗൈ ഡല്ലേ....''

''ഞാൻ ഗൈഡൊന്നുമല്ല മക്കളേ. ഈ നാട്ടുകാരനായ നിങ്ങളുടെ ഒരു കാരണവർ. ഈ സന്ധ്യയ്ക്ക് നിങ്ങൾ നട്ടം തിരിയണ്ടാന്നുകരുതി. ശങ്കുണ്ണി മേനോൻ മുൻഷീടെ പേരമക്കളല്ലേ- വരിൻ വരിൻ ഈ പാലത്തിൽ നിന്ന് കിഴക്കോട്ടും പടിഞ്ഞാട്ടും നോക്കൂ...''

''വരിൻ. നല്ല മീൻ, വാളപ്പിലോപ്പി, കട്ട്ളാ...'' പാലത്തിന്നു താഴത്തു നിന്ന് മീൻ പിടിത്തക്കാർ വിളിച്ചുകൂവി. രമണീ മേനോൻ മൂക്കു പൊത്തി. ''ഛെയ്! മത്സ്യം വെട്ടിയ നാറ്റം,'' കരണവർ പറഞ്ഞു.

''ഇവിടെ കെട്ടുവന്നപ്പോൾ കിഴക്കുനിന്ന് പലതരം മീനുകൾ വന്നുകൂടി. അവയ്ക്ക് തിന്നാൽ കോഴിവേസ്റ്റും അഴുക്കുകളും....''

''അർജു-നല്ല ഫിഷ് നോക്കണോ?'' മുരളി ചോദിച്ചു. അഖില ഇടപെട്ടു. ''വേണ്ട വേണ്ട വൃത്തികേട്....''

ദേ അതല്ലേ വെള്ളിയാൻകല്ല്? രമണി പാലത്തിനു താഴെ വടക്കേ കരയിലേക്ക് ചൂണ്ടി ചോദിച്ചു. എല്ലാവരും അങ്ങോട്ടു നോക്കി. വീതി യുള്ള പാറയ്ക്ക് നടുവിലായി നീണ്ട വെള്ളിരേഖ. രമണി ഓർമ്മിപ്പിച്ചു പറഞ്ഞു. ''കുട്ടിക്കാലത്ത് ഞങ്ങള് വെള്ളിയാങ്കല്ല് കടവിലേക്ക് കുളിക്കാൻ പോവുമ്പോ അമ്മമ്മ പറഞ്ഞുതന്നിട്ടുണ്ട്. അത് പാക്ക നാർ പാറയാണെന്ന്.''

കാരണവർ ചരിച്ചു പറഞ്ഞു. ''മിടുക്കിക്കുട്ടി. ഓർമ്മയുണ്ടല്ലേ. പാക്കനാർ കുളി കഴിഞ്ഞ് തുവർത്ത് ഉണക്കാനിട്ട പാറയിൽ നിന്ന് പിന്നെ എടുത്തില്ല. വെള്ളത്തുവർത്ത് വിരിച്ച കല്ലാണത്.''

അഖിലയും അർജുനും ഒരുമിച്ച് പറഞ്ഞു. ഇപ്പോ മനസ്സിലായി

വെള്ളിയാങ്കല്ലിന്റെ കഥ. ''ഇനി ഓരോ സ്ഥലത്തിന്നും കഥയുണ്ട്. നടക്കിൻ'' വൃദ്ധൻ വടികുത്തി മുൻപേ നടന്നു.

''ദേ ഇങ്ങോട്ടു നോക്കൂ. ആ കാണുന്നത് യജ്ഞേശ്വരക്ഷേത്രം. അഗ്നിഹോത്രി അടിശ്ശേരിപ്പാട് തൊണ്ണൂറ്റിഒമ്പത് യാഗം കഴിച്ച് യജ്ഞേശ്വരന്മാരെ പ്രതിഷ്ഠിച്ച ആലയമാണിത്. യജ്ഞേശ്വരം ക്ഷേത്രം.

മുരളി ചോദിച്ചു. നിങ്ങൾ മൂന്നാൾക്കും മനസ്സിലായോ?

''ഡാഡി സോറി. അച്ഛൻ ചൊല്ലിത്തന്ന ശ്ലോകമല്ലെ അത്. മേഴത്തോളഗ്നിഹോത്രീന്ന്.''

''എന്നിട്ട് മക്കള് പഠിച്ചോ?'' കാരണവരുടെ ചോദ്യത്തിന് രമണീ മേനോനാണുത്തരം പറഞ്ഞത്. അവർക്കെങ്ങനാ അറിയാ? മലയാളം പഠിച്ചെങ്കിലല്ലേ. ഞങ്ങളു രണ്ടാളും കൂട്യാ ഒപ്പിച്ചെടുക്കാം....

''മേളത്തോളഗ്നിഹോത്രി, രജക, നുളിയന്നൂർ തച്ചനും പിന്ന വള്ളോൻ....''

മുരളി കൂട്ടിച്ചേർത്തു. ''വായില്ലാക്കുന്നിലപ്പൻ, വടുതലമരുവും... നായർ, കാരയ്ക്കൽ മാതാ..''

'' അമ്മ ചൊല്ലട്ടെ!'' അഖിലയും അർജുനും ഒരുമിച്ചു പറഞ്ഞു. ശ്ലോകത്തിന്റെ ഈണവും അക്ഷരശുദ്ധിയും അമ്മേയ്ക്കാണ്. രമണി തുടർന്നു. ''ചെമ്മേകേളുപ്പുകൂറ്റൻ, പെരിയതിരുവരങ്ങത്തെഴും പാണനാരും.''

''നെരേനാരായണഭ്രാന്തനുടനകവൂർചാത്തനും പാക്കനാരും....''

''ഭേഷ്!'' കാരണവർ പറഞ്ഞു. കുട്ടികൾ കൈകൊട്ടി ''അമ്മ ഫസ്റ്റ്...!

ഇപ്പോൾ മുരളി മേനോനായി സംശയം കാരണവർ നടന്നുകൊണ്ട് പറയാൻ തുടങ്ങി. നാലുപേരും അദ്ദേഹത്തെ വട്ടമിട്ടു നടന്നു.

''ഐതിഹ്യമാണ് കൂട്ടരെ. യാഥാർത്ഥ്യമാണെന്ന് കരുതാവുന്ന കേട്ടു കേൾവി. മൂത്ത ജ്യേഷ്ഠൻ മേഴത്തൂരെ അഗ്നിഹോത്രി കുടുംബം ഇപ്പോഴുമുണ്ട് ആണ്ടിലൊരിക്കൽ പന്ത്രണ്ടു ജാതിക്കാരും അവിടെ ഒത്തു ചേരാറുണ്ടായിരുന്നു.'' ഞങ്ങൾ നാറാണത്തുകാർ, ഞങ്ങൾ പെരുന്തച്ഛന്റെ പിന്മുറ എന്ന് പലരും അവകാശം പറയാറുണ്ട്. ഒന്നും കിട്ടാനില്ല. എല്ലാ ജാതിമതക്കാരും ഒരമ്മ പെറ്റ മക്കളാണെന്ന സങ്കൽപം... മനസ്സിലായൊ?

കാരണവർ വടികുത്തി നിവർന്നുനിന്നു. നാലുപേരുടേയും കണ്ണുകളിൽ തിളക്കം! രമണി പറഞ്ഞു. ''കാരണവരേ, നിങ്ങളൊരു പണ്ഡിതൻ തന്നെ. നല്ല പരിചയം തോന്നുന്നു.''

''അങ്ങ് ആരാണ്.?

''വരിൻ പറയാം. അതിനു മുമ്പ് തുടങ്ങിയേടത്തെത്തേണ്ടെ.'' അദ്ദേഹം നടത്തത്തിനു വേഗത കൂട്ടി. കാരണവർ മറുപടി നൽകാത്തതെന്തെന്ന് അവരത്ഭുതപ്പെട്ടു. അദ്ദേഹം മുന്നിൽ നടന്ന് ഒരു മണൽച്ചാലിന്നടുത്തുനിന്നു. ഇതാണ് മുടപ്പക്കാട്. ഈ കടവിൽ നിന്ന് തൃത്താലയ്ക്ക പോകാം.''

''ഹായ്! തോണിയാത്ര!'' അഖിലയ്ക്ക് ആവേശമായി. അവർ മണലി

ലൂടെ നടന്നു. നടുഭാഗത്തുമാത്രം ഒഴുകുന്ന വെള്ളം. ഇപ്പോൾ പുഴ ഒഴുകുന്നതിങ്ങനെയാണോ? ''മുരളിയുടെ ചോദ്യത്തിന് കാരണവർ ഉത്തരം പറഞ്ഞു. ''മക്കളെ, നറഞ്ഞൊഴുകുന്ന പുഴയും മണൽക്കൂന കളും ഇനി സങ്കല്പം മാത്രമാണ്. കണ്ടോ മണൽ കയറ്റി ലോറികൾ നീങ്ങുന്നത്? മാന്തി മാന്തി ഈ പുഴയെ-''

'പുഴയല്ലാതാക്കി''. രമണി കൂട്ടിച്ചേർത്തതു.

''വരിൻ തോണീ കേറണോ?''

തോണിത്തലപ്പു പിടിച്ചു നിന്ന ചെറുപ്പക്കാരൻ ചോദിച്ചു.

''ഞാൻ. ഞാൻ ആദ്യം'' കുട്ടികൾ തോണിയ്ക്കടുത്തേക്കോടി. ഇനി അങ്ങോട്ടുനോക്കിൻ. വെള്ളിയാങ്കല്ലിലെ സന്ധ്യ. ആ തുടുത്ത സൂര്യാസ്തമനം..''

തോണി നീങ്ങവെ അഖില പറഞ്ഞു. ''കന്യാകുമാരിയിലേക്കാ ഭംഗീണ്ട്...'' ''നമ്മൾ തൃത്താലയിലേക്കും സൂര്യൻ അറബിക്കടലിലേക്കും ഒഴുകുന്നു.'' രമണീ മേനോൻ പറഞ്ഞു. കാരണവർ ചിരിച്ചു. ''തമ്പ്രാട്ടി ക്കുട്ടിക്ക് കവിതയുണ്ട് ശങ്കുണ്ണി മുൻഷീടെ പേരമോളല്ലെ?''

''വല്യമ്മാമെ അറിയുമോ?'' അവളുടെ ചോദ്യത്തിന് കാരണവ രുത്തരം പറഞ്ഞതിങ്ങനെ. ''ഹും! അറിയോന്ന്...''

പുഴയിറങ്ങി നടക്കവെ മുരളി പറഞ്ഞു. ''തൃത്തതാലയ്ക്കും ഒരൈ തിഹ്യമില്ലേ...? പറയൂ പറയൂ. തൃത്താലാച്ചാൽ, ''അർജുനും അഖില യും ധൃതികൂട്ടി.''

''സമയം ഇരുളുന്നു. നേർത്ത മഴത്തുള്ളൽ.'' വൃദ്ധൻ കൈപരത്തി തലയ്ക്കു വെച്ച് പറഞ്ഞു.

''മേളത്തോളഗ്നിഹോത്രി കുടുംബത്തിലെ ഒരന്തർജ്ജനം. കാലത്ത് ദേ അവിടെ പുഴയോരത്ത് കുളിക്കാനിറങ്ങി. താളിയും ചെറുപയർ പൊടിയുമാക്കിയ താലം കരയിൽ വെച്ചു. കുളികഴിഞ്ഞ് തൃത്താലപ്പനെ തൊഴാൻ നടന്നു. പോകാൻ പ്രയാസം. അവർ പുഴയിൽ നിന്ന് നനഞ്ഞ മണലെടുത്ത് ഉരുട്ടി കിണ്ണത്തിൽവെച്ച് കൈകൂപ്പി,. പിന്നീട് താല മെടുക്കാൻ കഴിഞ്ഞില്ല അതിലെ മണലുരുള എടുത്തപ്പോൾ ഉതിർന്ന മണലിൽ നിന്ന് ചോരപൊടിഞ്ഞു. തിരുതാലത്തിലെ പ്രതിഷ്ഠ തൃത്താല അപ്പനായി.'' കരണവർ ചൂണ്ടിക്കാടിയ കൊച്ചുക്ഷേത്രത്തിന്നു നേരെ അവർ നാലുപേരും കൈകൂപ്പി. നടയിൽ വിളക്ക് തെളിഞ്ഞു.

''വാ,വാ, സന്ധ്യയായി, നമുക്ക് മടങ്ങാം.'' മുരളി കുട്ടികളുടെ കൈ പിടിച്ച് ധൃതികൂട്ടി. കാരണവർ മുന്നിലായിരുന്നു. അദ്ദേഹം പറഞ്ഞു ''നടക്കിൻ, എനിയ്ക്കും പിരിയാറായി. ഇനിയും കാണാനും കേൾക്കാ നുമുണ്ട്. ഞങ്ങടെ മുൻഷിയോടു ചോദിക്കൂ. നിങ്ങടെ വലിയമ്മാമയോട്!!''

''വല്യമ്മാമ പറഞ്ഞുകൊടുക്കാറുണ്ട്. ഇവർക്കതു കേൾക്കാനുണ്ടോ താൽപര്യം!'' രമണി മക്കളെ നോക്കിപ്പറയവെ അഖില മുഖം വീർപ്പിച്ചു. ''അല്ലാട്ടോ മുത്തശ്ശാ ഞങ്ങളെല്ലാമറിഞ്ഞേ പോകുന്നുള്ളൂ!....'' അവർ നടന്നു.

പുഴയോരത്ത് പടർന്നു പന്തലിച്ച ഒരു മരം. അതിന് ചുവട്ടിൽ

കല്ലുകെട്ടിയ തറ. അവിടവിടെ കല്ലുകൾ ഇരിപ്പിടങ്ങൾ പോലെ. ഒരു കൊച്ചു മൈതാനം, ഇടതുഭാഗത്തിലൂടെ പുഴയിലിറങ്ങാം. അവിടെയെത്തിയപ്പോൾ വൃദ്ധൻ നിന്നു. ''ഇപ്പോൾ വെള്ളയാങ്കല്ലു മുതൽ വെള്ളിയാങ്കല്ലു വരെയായി. നേരമിരുട്ടുന്നു. നിങ്ങൾ പോയ്ക്കൊളൂ.''

വൃദ്ധൻ കാഞ്ഞിരച്ചുവട്ടിലെ കൽത്തറയിലിരുന്നു. മുരളി കാഞ്ഞിരത്തിന്റെ താഴ്ന്ന ചില്ലയിൽനിന്നൊരില പൊട്ടിച്ച് മണത്തു. ''ഇത് കാഞ്ഞിരമല്ലേ?'' അയാൾ ചോദിച്ചു.

''അതെ. ഒരില കടിച്ചുനോക്കൂ.'' വൃദ്ധൻ പറഞ്ഞു. അയാൾ ഇല കടിച്ചു രുചിച്ചു. ഇല്ല കൈപ്പില്ല.''

''നിങ്ങൾ വണ്ടി കൊണ്ടുവന്നോളൂ. ചാറ്റൽ മഴയത്ത് കുട്ടികളെ നടത്തേണ്ട അവരിവിടെ ഇരുന്നോട്ടെ.'' വൃദ്ധൻ എഴുന്നേറ്റു തന്റെ ചാക്ക് തുറന്നു മുളംപ്പൊളിരുകൊണ്ടുണ്ടാക്കിയ ഒരു കൊച്ചു മുറം എടുത്തു. ''ഇതാ ഇത് കൈയിൽ വെച്ചോളൂ- നമ്മുടെ വകയായിട്ട്.''

മുരളി മുറം വാങ്ങി. കുട്ടികൾ തിരിച്ചും മറിച്ചും നോക്കി ''നല്ല ഫിനിഷിംഗ്'' രമണി പറഞ്ഞു.

''നിങ്ങൾ നടന്നോളൂ. ഞാനൊന്നു കുളിക്കട്ടെ.'' കാരണവർ എഴുന്നേറ്റ് പുഴയിലേക്കിറങ്ങി, അവർ നോക്കി നിൽക്കവെ ആ രൂപം അപ്രത്യക്ഷമായി.

മുരളി കാർ സ്റ്റാർട്ട് ചെയ്യവെ പറഞ്ഞു. ''അഖിലേ, നമുക്കെന്തിനീ മുറം? എവിടെ സൂക്ഷിക്കും, ഡൽഹീല് കൊണ്ടോവാനോ?''

''വണ്ടീ തിരിക്കൂ, നമുക്കതയാൾക്കു തന്നെ കൊടുക്കാം, പാവം...''അർജ്ജുനാണ് പറഞ്ഞത്. അവർ വണ്ടി തിരിച്ചു. കാഞ്ഞിരച്ചുവട്ടിലെത്തി. അവിടെ വൃദ്ധനില്ല. ചാക്കില്ല. ഊന്നുവടിയില്ല. അവർ ഏറെ നേരം കാത്തു. അയാൾ കൈയിലെ മുറം കാഞ്ഞിരത്തറയിൽ കമിഴ്ത്തിവെച്ചു.

വീട്ടിലെത്തവെ ഉമ്മറത്തുനിന്നിറങ്ങിവരുന്ന വലിയമ്മാവൻ.

''ആ എല്ലാവരും എത്തിയല്ലോ. കുറേ നടന്നു അല്ലേ?'' അദ്ദേഹം ചിരിച്ചു. ആ കൈയിൽ കൊച്ചു മുറം! അവർ അത്ഭുതപരവശരായി. വലിയമ്മാവൻ ചിരി നിർത്താതെ പറഞ്ഞു. ''ഒരാൾ ഒരുപഹാരം തന്നാൽ അതയാൾക്ക് തിരിച്ചുകൊടുക്കുന്നത് നല്ലതല്ല. എന്നാലും കുമ്മട്ടിക്കാവിൽ മുറം കമഴ്ത്തി നിങ്ങൾ പാക്കനാർക്കുതന്നെ ൽകിയല്ലോ?'' നല്ലത്.

ആ നാല് കണ്ണുകളും അന്യോന്യം മിഴിച്ചുനോക്കവെ വലിയമ്മാവന്റെ നീണ്ട ചിരിയിൽ വെള്ളിയാങ്കല്ലിന്റെ വെണ്മ അവർ ദർശിക്കുകയായിരുന്നു.

■

കണ്ടത്തിലീകണ്ണൻ

"ഓടടാ കണ്ണപ്പാ.!"

ഊർച്ചക്കണ്ടത്തിൽ നിന്ന് കന്നുപൂട്ടുകാരുടെ ഉച്ചത്തിലുള്ള ശബ്ദം. അവിടെ ഓടിയെത്താൻ ഉണ്ണിമോന് ആവേശമായി. വിശാലമായ പാടത്ത് പ്രത്യേകമൊരുക്കിയ കണ്ടത്തിൽ കാളകളെ മത്സരിച്ചോടിക്കുകയാണ്. ചേറും ചെളിയും നിറഞ്ഞ ഊർച്ചക്കണ്ടത്തിൽ പത്ത് കാളകളെ വരിയായി നിർത്തിയിരിക്കുന്നു. അവർക്ക് പിന്നിൽ തെളിക്കാൻ വടിയുമായി ഓടും. വേഗത കൂട്ടാൻ വാലിൽ പിടിച്ചു നുള്ളുകയും വടി വീശുകയും ഉച്ചത്തിൽ ശബ്ദിക്കുകയും ചെയ്യുന്നു.

ഓയ് ഓഹോയ്... ആ....ർർറ് ർർ......

നിരയുടെ അറ്റത്ത് ഏറ്റവും മുന്നിലെത്താൻ കുതിച്ചോടുന്ന കൊച്ചുകാളക്കുട്ടനെ നോക്കി ഉണ്ണിമോൻ ഒരാവേശത്തിൽ പറഞ്ഞു.

"ഓടടാ കണ്ണാ, ചാടിക്കുതിയ്ക്ക്...."

വരമ്പത്ത് ഓട്ടപ്പന്തയം കാണാൻ ഉണ്ണിമോന്റെ കൈപിടിച്ചുനിന്ന ചെറിയമ്മാൻ ചോദിച്ചു. നിനക്കെങ്ങിനെ മനസ്സിലായി ആ മൂരിക്കുട്ടീടെ പേര് കണ്ണൻന്നാണ് എന്ന്.

"എനിക്ക് തോന്നി. എല്ലാവരും വിളിച്ചു പറയുന്നതിൽ കണ്ണപ്പാന്നും കണ്ണാ എന്നും പേരുകളുണ്ട്. അതാ കണ്ണൻ തന്നാ മുന്നില്! ആ...ആ... അപ്പ് അപ്പ്" ഉണ്ണിമോൻ കൈകൊട്ടി പ്രോത്സാഹിപ്പിച്ചു. കുട്ടികളും വലിയവരും ആ ശബ്ദം ഏറ്റുവിളിച്ചു. കൂവിയാർത്തു.

"ഓനൊരു ചുണക്കുട്ടൻ തന്നേടോ. പറക്കുകയല്ലേ ചെയ്യണ്". കൂട്ടത്തിലേറ്റവും പ്രായം കുറഞ്ഞ മൂരിക്കുട്ടി. കാഴ്ചക്കാർ അഭിപ്രായം

പറയുന്നു. കൊച്ചു കാളക്കുട്ടൻ മുന്നിൽ കുതിക്കുന്നു. വരമ്പിൽ തിക്കും തിരക്കും കൂടി. പലരും കണ്ടത്തിൽ ചാടി, മുൻനിരയിലേക്ക്. കാളകളോടൊപ്പം ഓടി.

കണ്ടത്തിൽ ചാടാനാഞ്ഞ ഉണ്ണിമോനെ ഇളയമ്മാൻ കൈപിടിച്ചു വലിച്ചു. അവൻ മുൻനിരയിലേക്ക് തിക്കിക്കയറി. കാളയോട്ടം അവസാനിത്തിലെത്തി. ഇളയമ്മാൻ ശബ്ദിച്ചു ആ....ആ....

അദ്ദേഹം ഉണ്ണിമോനെയെടുത്ത് തോളത്തുകയറ്റി. ചെളിക്കണ്ടത്തിലിറങ്ങി മുന്നിലേക്കോടി. മൈക്കിലൂടെ വിളിച്ചു പറയുന്നു. ഒന്നാമതെത്തിയത് മേലെപ്പുറത്ത് കണ്ണൻ. കൂട്ടത്തിൽ ഏറ്റവും പ്രായം കുറഞ്ഞ കണ്ണൻ എന്ന കാളക്കുട്ടി ഒന്നാം സ്ഥാലത്തെത്തിയിരിക്കുന്നു. കഴിഞ്ഞ വർഷത്തെ ജേതാവ് കുക്കാട്ടിലെ കണ്ണപ്പനെ ബഹുദൂരം പിന്നിലാക്കി.

ഉണ്ണിമോൻ മാമന്റെ തോളത്തു നിന്നിറങ്ങി തുള്ളിച്ചാടി. കണ്ണനെ അടുത്തുകാണാൻ മൈക്കുകെട്ടിയ വേദിക്കടുത്തെത്തി. വെള്ളയിൽ അവിടവിടെ കറുത്ത പുള്ളികളുള്ള കുറിയ കാള. അവന്റെ പൂട്ടുകാരൻ ദേഹത്തെ ചെളി തട്ടിക്കളയുന്നു. ഉണ്ണിമോൻ കൗതുകത്തോടെ നോക്കി. കണ്ണൻ ഉരുണ്ട കണ്ണുരുട്ടി നാലുപാടും നോക്കുന്നു. ചെളി തെളിച്ച ചെവി ഞെട്ടിക്കുന്നു.

കണ്ണന്റെ അടുത്ത് ഷർട്ടിടാതെ തോളത്തൊരു തുവർത്തുമായി വളഞ്ഞുനിൽക്കുന്ന വൃദ്ധനെ ചൂണ്ടി മാമൻ പറഞ്ഞു. ''മോനെ, ആ വയസ്സന്റെ വീട്ടിലെയാണ് കണ്ണൻ. കുഞ്ഞൻ നായരെന്നാ ആ കൃഷിക്കാരന്റെ പേര്''

ഉണ്ണിമോൻ ആ വൃദ്ധനെയും മാമനെയും മാറിമാറി നോക്കി ചോദിച്ചു. ''മാമ ഞാനിതിനെ തൊട്ടു നോക്കട്ടെ?'' വേണ്ടമോനെ അവ നിപ്പൊ ക്ഷീണവും പരിഭ്രമവുമൊക്കെയാവും. തൊട്ടു വിറളി പിടിച്ചാലോ?''

ഉണ്ണിമോന് നിരാശതോന്നിയെങ്കിലും അവൻ കാളക്കുട്ടന്റെ അടുത്തേക്ക് കുറച്ചുകൂടി നീങ്ങിനിന്ന് ഓരോ ചലനവും ശ്രദ്ധിച്ചു. ഇടയ്ക്ക് മുതുക് വിറപ്പിക്കുന്നു. വാൽ വീശി പുറത്തടിക്കുന്നു. മൂക്കുവിടർത്തി ഖുശും എന്ന് തുമ്മുന്നു.

മൈക്കിലൂടെ മത്സരഫലം പ്രഖ്യാപിക്കുന്നു. ഊർച്ചക്കാളയോട്ടത്തിൽ ഒന്നാം സമ്മാനം മേലെപ്പുറത്ത് കണ്ണൻ. ശ്രീ കുഞ്ഞൻനായരുടെ കാളക്കൂട്ടൻ! കുഞ്ഞൻ നായർ കണ്ണനെ വേദിയിലേക്കു കൊണ്ടുവന്നു. അവൻ പിൻവാങ്ങാൻ ശ്രമിക്കുന്നുണ്ട്.

നെൽക്കതിർ കോർത്ത് മെടഞ്ഞ ഒരു മാല സംഘാടകർ അവനെ അണിയിച്ചു. ഉടമസ്ഥനായ കുഞ്ഞൻ നായരെ പൊന്നാടയെന്ന കസവുവേഷ്ടി പുതപ്പിച്ചു. ഓട്ടത്തിൽ പങ്കെടുത്ത കാളകൾക്കും അവരുടെ തെളിക്കാർക്കും ഉപഹാരങ്ങൾ നൽകി. വിശേഷിച്ചൊന്നും സംഭവിക്കാത്ത ഭാവത്തിൽ കണ്ണനും വൃദ്ധനും വേദിയിൽ നിന്നകന്നു നടന്നു. ഉണ്ണിമോൻ കുറച്ച് ദൂരം കണ്ണനെ പിന്തുടർന്നു.

വീട്ടിലേക്ക് മടങ്ങവെ ഉണ്ണിമോൻ മാമനോട് പറഞ്ഞു ''നമുക്കാ കണ്ണൻ കാളക്കുട്ടിയെ വാങ്ങിയാലോ മാമേ, നമ്മുടെ വേശുപ്പശു പ്രസവിച്ചാൽ കുട്ടിക്കൊരു തുണയുമായി''

''ഉം..... രണ്ടിനെയും കൂട്ടി കന്നുപൂട്ടു പഠിപ്പിക്കാം. ആരാ കന്നു പൂട്ടുക? നീയ് പഠിക്കോ.....''

''ഉം... എനിക്കു പറ്റോ നോക്കണം.''

''മോനേ കന്നുകാലികളെ പൂട്ടി ഉഴുന്നതൊക്കെ പഴയ ഏർപ്പാടായി. എല്ലാം യന്ത്രമായില്ലേ. കൃഷിഭൂമിയും കുറഞ്ഞു.'' മാമയുടെ സംസാരം കേട്ട് ഉണ്ണിക്ക് സംശയം തോന്നി. ഇങ്ങനെ കൃഷിയും കന്നുകാലികളും ഇല്ലാതായാൽ മനുഷ്യരും എത്ര കാലമുണ്ടാവും.

''ഉണ്ണിമാമേ, ഇനി കന്നുപൂട്ടും കൃഷിയുമൊന്നും ഉണ്ടാവില്ലേ?''

''നീയ് ഓരോന്നാലോചിക്കാതെ നടക്ക്. നമുക്ക് ആലോചിക്കാൻ വീട്ടിലെത്തിയാലും പറ്റൂലോ....''

ഉണ്ണിമോൻ മാമയുടെ കൈപിടിച്ചു നടന്നു. അവന് മൂരിക്കുട്ടനെയും കുഞ്ഞൻ നായരെയും പറ്റി ചോദിക്കണമെന്നുണ്ട്. പറ്റുമെങ്കിൽ ആ കാളക്കുട്ടനെ വാങ്ങാൻ മാമയോട് പറയണം. മാമ അമ്മയോടു പറയുക. അമ്മ ഗൾഫിലുള്ള അച്ഛനോട് വിളിച്ചു പറയുക. പറ്റുമെങ്കിൽ കമ്പ്യൂട്ടറിൽ ചാറ്റ് ചെയ്ത് നേരിൽ സംസാരിക്കുക വാശിപിടിച്ചാൽ അച്ഛൻ പറയും ''എന്താ നിന്റെ ഇഷ്ടംച്ചാൽ അതുപോലെ ചെയ്തോ. ഉണ്ണിമാമയോട് പറയുന്നു....''

വീടിന്റെ ഗേറ്റ് കടക്കുംമുമ്പ് തൊഴുത്തിൽ നിന്ന് പശുവിനെ നോക്കുന്ന അമ്മുച്ചേച്ചി വിളിച്ചു പറഞ്ഞു. ''നിങ്ങള് കാളയോട്ടം കാണാൻ പോയ സമയത്ത് ഇവിടൊരു കുഞ്ഞിക്കാള ഉണ്ടായീലോ! വേശുപ്പശൂന് ഒരു മൂരിക്കുട്ടി.''

അവർ തൊഴുത്തിനടുത്തേക്ക് ചെന്നു. വേശുപ്പശു കുഞ്ഞിനെ നോക്കി. വേശുപ്പശു കുഞ്ഞിനെ നക്കിത്തുവർത്തുന്നു. തലയിളക്കി കാലുനിവർത്താൻ ശ്രമിക്കുന്ന കൊച്ചു കാളക്കുട്ടി. തള്ളപ്പശു ക്രും,ക്രും എന്ന് ശബ്ദിക്കുന്നു. ഉണ്ണിമോന്റെ നേരെ നോക്കി പശു തലകുലുക്കി കൊമ്പ് കുത്തനെ പിടിച്ച് 'ഖ്ശും' ശബ്ദിച്ചു.

''ഉണ്ണി മാറിനിന്നോ പയ്യിന് ശുണ്ഠി വരുന്നുണ്ട്. അതിന്റെ കുട്ടിയെ തൊടാനാ വരണേന്ന് കരുതീട്ടാ....'' അമ്മുവേടത്തി പറയുന്നു. ഉണ്ണിമോൻ കുട്ടിയെ ശ്രദ്ധിച്ചു. മടങ്ങിയ കാൽ നിവർത്താൻ ശ്രമിക്കുന്നു. നിരങ്ങി അൽപ്പാൽപ്പം നീങ്ങുന്നുണ്ട്. ഇവനിനി കണ്ണൻകുട്ടിയെപ്പോലെ വളരണമെങ്കിൽ കാലമെത്ര പിടിക്കും.! അവൻ ആലോചിച്ചു.

രണ്ടു ദിവസം കഴിഞ്ഞപ്പോഴേക്കും കാളക്കുട്ടൻ എഴുന്നേറ്റ് നടക്കാൻ തുടങ്ങി. ഉണ്ണിമോന് സന്തോഷമായി. രാവിലെ അമ്മുവേടത്തി പശുവിനെ കറന്ന് കാളക്കുട്ടനെ കുടിപ്പിക്കും. കുടി കഴിഞ്ഞ് അവൻ തള്ളയിൽ നിന്നകലും ഉണ്ണിമോൻ വിളിക്കും ''കുട്ടാ...''

കാളക്കുട്ടൻ അവനടുത്തേക്ക് ഓടി വരും. ആദ്യമൊക്കെ വേശിപ്പയ്യ് തലകുലുക്കി കുതിക്കുമായിരുന്നു. തന്റെ കുട്ടന്റെ കൂട്ടുകാരനാണെന്ന്

മനസ്സിലായാവണം അത് ഇപ്പോൾ പ്രതിഷേധം കാണിക്കാറില്ല.

''വാ കുട്ടാ ശ്ശ്...''ഉണ്ണിമോൻ പതുക്കെ ഓടും കുട്ടൻ അവന്റെ കൂടെ ഓടും. മുറ്റത്തിന് നാലുപുറവും, വീടിനു ചുറ്റം അവർ രണ്ടു പേരും കൂടി ഓടി. ചെറിയമ്മാൻ ജോലി സംബന്ധമായി ദൂരെ പോയിരിക്കുന്നതിനാൽ കാളക്കാര്യം ചർച്ച ചെയ്യാൻ ഉണ്ണിമോന് ആരുമില്ലാതായി. അമ്മയോട് പറഞ്ഞാൽ ഉടനെ പറയും. ''അതൊക്കെ പിന്നെ നോക്കാം. നീ പഠിക്കാൻ നോക്ക്. ഇനിയും കളിയും കാളക്കുട്ടിയുമായി നടന്നാൽ ട്യൂഷൻ ഏർപ്പെടുത്തുമെന്ന് അച്ഛൻ പറഞ്ഞിരുന്നു.''

ഉണ്ണിമോൻ ഭയന്നു. ട്യൂഷനുപോയാലും ട്യൂഷൻ ടീച്ചർ വന്നാലും മിനക്കേടാണ്. കളിക്കാനൊട്ടും സമയം കിട്ടില്ല. അവൻ സ്കൂളിൽ പോകുമ്പോഴും സ്കൂൾ വിട്ടുവന്നാലും കുട്ടനോടൊപ്പം ഓടും. ഇവനെ ഒരു ഊർച്ചക്കാളയാക്കണം. ചെറിയമ്മാൻ വന്നാൽ കണ്ണനെ വില യ്ക്കുവാങ്ങുന്ന കാര്യം ആലോചിക്കണം.

''ഓ... ഈ കൂറ്റനെ വലിച്ചാ കിട്ടാതായി. ഇത്കുട്ടനല്ല ഉണ്ണിമോനെ. കൂറ്റനാ. പൂട്ടിപ്പണിയാക്കണം, അല്ലെങ്കിൽ കച്ചവടക്കാർക്ക് വിൽക്കണം'' അമ്മ തീരുമാനിച്ചപോലെ പറഞ്ഞു.

''വേശുവിന്റെ കറവ വറ്റട്ടെ അതിനെ വിൽക്കാം.''

ഉണ്ണിമോൻ പുറഞ്ഞു. ''ചെറിയമ്മാൻ വരട്ടെ.''

വർഷാന്തപ്പരീക്ഷ കഴിഞ്ഞപ്പോൾ ഉണ്ണിമോന് സമാധാനമായി. കുട്ടന് ഒരു തുണയെ വാങ്ങാൻ ന നിർബന്ധിക്കണം. മാമൻ വന്നപ്പോൾ പരാതിയുമായി ചെന്നത് അമ്മുചേച്ചിയാണ്. കുട്ടനെ പിടിച്ചാൽ കിട്ടാതായി. അദ്ദേഹം ഒരു തീരുമാനംപോലെ പറഞ്ഞു. ''നമ്മുക്ക് ആ കുഞ്ഞൻനായരുടെ കാളക്കുട്ടിയെ തരുമോന്ന് ചോദിക്കാം. അയാൾക്കതിനെ വിൽക്കണമെന്നുണ്ടത്രെ''

''നമുക്കന്വേഷിക്കാം...മാമാ,,, ഞാനും വരാം.'' ഉണ്ണിമോൻ പുറപ്പെട്ടു.

ഭക്ഷണം കഴിക്കാൻ തോന്നിയില്ല. മാമൻ വരുന്നത് ഉത്കണ്ഠയോടെ കാത്തു. വളരെ വൈകിയെത്തിയ മാമൻ ക്ഷീണിതനായിരുന്നു. അദ്ദേഹം പറഞ്ഞു. ''വളരെ കഷ്ടായി മോനേ... ആ കുഞ്ഞൻനായർ കണ്ണനെ വിറ്റുവത്രെ. അയാളുടെ കൃഷിസ്ഥലവും വിറ്റു. ആ സ്ഥലം നികത്തി ഏതോ ആൾക്കാർ വീടും കെട്ടിടങ്ങളും പണിയാൻ പോകുന്നു.'' ങേ...! ആർക്കാ കണ്ണനെ കൊടുത്തത്?'' ഉണ്ണിമോൻ തൊണ്ടയിടറി ചോദിച്ചു.

''ഏതോ കച്ചവടക്കാർക്കാത്രെ. നമുക്ക് ചന്തയിൽ ചെന്ന് അന്വേഷിക്കാം,''

അവർ തിരിഞ്ഞു നടന്നു. വാണിയംകുളം ചന്തയിലെത്തി. ഒരാൾ മാമനോട് പറഞ്ഞു രണ്ട് മൂന്ന് കാളക്കുട്ടന്മാരെ തമിഴന്മാർ കൊണ്ടു പോയിട്ടുണ്ട്. അത് മൂന്നു നാലു മാസം മുമ്പാ... ''തമിഴർക്കെന്തിനാ ഈ കാളകള്... അവിടെത്തന്നെയുണ്ടല്ലോ ധാരാളം....''

''അതല്ല ഇളയനായരേ... നമ്മുടെ നാടൻ കുട്ടന്മാരെ അവർക്ക് വലിയ പിടുത്താം. അവര് നല്ല പണിയെടുപ്പിക്കും.''

ഉണ്ണിമോനും ചെറിയമാമനും ചന്തയിൽനിന്നും പിരിഞ്ഞു. മാമൻ പറഞ്ഞു. നമുക്കാ വാളയാറ് തെരുവിലന്വേഷിക്കാം. അവർ ഗ്രാമത്തിലെ തെരുവിൽ ബസ്സിറങ്ങി. ചേരിപ്രദേശത്ത് കുറെ കന്നുകാലികളും മനുഷ്യരും കൂടിനിൽക്കുന്നു. ഒരേ പ്രായമുള്ള കാളക്കുട്ടികൾ. മാമനും ഉണ്ണിമോനും കൗതുകം തോന്നി. ചില കാളകളെ മാലയണിയിച്ചിരിക്കുന്നു. ചിലതിന്റെ പുറത്ത് വർണ്ണ തുണികൾ പുതച്ചിരിക്കുന്നു. അവർ അടുത്തു ചെന്നു. ചെറുപ്പക്കാർക്ക് മുന്നിൽ നിൽക്കുന്ന തടിച്ച മനുഷ്യനോട് മാമൻ ചോദിച്ചു ''എന്തിനാണ്ണാച്ചീ ഈ കാളക്കുട്ടന്മരെയൊക്കെ...?''

അയാൾ കൊമ്പൻ മീശ പിരിച്ചുകൊണ്ടു പറഞ്ഞു. ''നായർ സാറെ ഇതെല്ലാം വഴിവാട് കാളകൾ ഇവൻ ശിവൻ, ഇവൻ മുറുകൻ, ഇവൻ വേലൻ.'' അയാൾ കാളകളെ തൊട്ടുകാണിച്ചു. കൊമ്പുകളിൽ ചായം പുരട്ടിയിട്ടുണ്ട്. കഴുത്തിൽ കുടമണി. ഓരോ കാളകളെയും കയറിട്ടും പിടിച്ചുകൊണ്ട് ഓരോ പയ്യന്മാരുണ്ട്. ഉണ്ണിമോൻ പ്രത്യേകം നോക്കി. തന്റെ പ്രായക്കാർ.

പെരിയണ്ണൻ എന്ന തടിയൻ ഇവരുടെയെല്ലാം തലവനാണ്. അലങ്കലിച്ച കാളകളുമായി കുട്ടികൾ നാട്ടിലേക്കിറങ്ങും. ചിലരുടെ കൈയിൽ ശംഖ്, ചിലർ കുഴൽ, ചിലർ നാഗസ്വരം, കാളകൾ തല കുലുക്കും, കുഴൽവിളി കഴിഞ്ഞ് പയ്യൻ കയ്യിലെ പാത്രം നീട്ടും. ചില്ലറകളും നോട്ടുകളും ആളുകൾ ഇടും.

പത്ത് കാളക്കുട്ടന്മാരോടൊപ്പം പത്തുകുട്ടികളും വഴിപാടിനിറങ്ങിയിരിക്കുന്നു. പെരിയണ്ണൻ പറഞ്ഞു ''ഇനി രണ്ട് പേർ വരാനുണ്ട് രണ്ട് നാളായി പോയിട്ട് നാളെ എത്തുമായിരിക്കും.' അങ്ങു ദൂരെ നെന്മാറ ആലത്തൂര്...''

അയാൾ പറഞ്ഞു നിർത്തി. മാമൻ ചോദിച്ചു ''എന്താ മോനേ വേണ്ടത്?'' ഉണ്ണിമോന് സംശയമുണ്ടായില്ല. ''നമുക്ക് നമ്മുടെ കണ്ണനെ തെരയാം. അവൻ നേരത്തെ പോയ കൂട്ടത്തിലുണ്ടാവും.''

അവർ മടങ്ങി. ഊർച്ചനടന്ന പാടത്തുകൂടി നടക്കാം. ബസിറങ്ങി നാട്ടുവഴിയിലൂടെ നടന്നു. ണിം ണിം.... എന്ന കുടമണിനാദം തുടർന്ന് നാഗസ്വരം പെപ്പപേ...പേ....പേ....

ഉണ്ണിമോനും ചെറിയമാമനും നിന്നും ഒരു കാളക്കുട്ടനും അവന്റെ കയർ പിടിച്ച് ഒരു ബാലനും ഇടത്തെക്കയ്യിൽ കുഴൽ. കാളക്കുട്ടന്റെ കൊമ്പുകൾക്കിടയിൽ കുത്തിനിറുത്തിയ പീലിക്കണ്ണുകൾ. കഴുത്തിൽ കുടമണി. ഒരു വീട്ടിൽ നിന്ന് അടുത്ത വീട്ടിലേക്കു നീങ്ങവേ ഉണ്ണിമോൻ വിളിച്ചു.

''കണ്ണാ...!''

കണ്ണൻ തിരിഞ്ഞുനിന്നു. ഉണ്ണിമാമൻ ബാലനെ കൈമാടി വിളിച്ചു. കണ്ണനും പയ്യനും അവർക്കടുത്തേക്കുവന്നു.

''കണ്ണാ... ഉണ്ണിമോൻ വിളിച്ചു. കണ്ണൻ തലകുലുക്കകി കഴുത്തിലെ കുടമണി കിലുങ്ങി. മയിൽപ്പീലി ഇളകി. മാമൻ ചോദിച്ചു. ''എന്താ നിന്റെ പേര്?''

‘‘ബാലൻ...’’ അവൻ പറഞ്ഞു. മാമൻ തുടർന്നു.

‘‘ബാലൻ ഞങ്ങളുടെ ഒപ്പം വരണം. ഈ കണ്ണൻ ഇവിടുത്തുകാരനാ. നിങ്ങൾ ഞങ്ങളുടെ വീട്ടിൽ നിൽക്കണം പെരിയണ്ണന് വിലകൊടുക്കാം, നിനക്ക് ഈ നാട് ഇഷ്ടമായോ. അധികം ആലോചിക്കാതെ പറയ്....’’

ബാലൻ ഒന്നനും പറയാതെ നാഗസ്വരക്കുഴൽ ചുണ്ടത്തുവെച്ച് തുളകളിൽ തിരുപ്പിടിച്ചു. ഉണ്ണിമോൻ കണ്ണന്റെ പുറത്തത് കൈവച്ചു. തലയാട്ടുന്ന അവന്റെ കഴുത്തിലെ കുടമണികൾ കിലുങ്ങി. ‘‘ഉം...? എന്തേ ബാലാ നീയൊന്നനും പറഞ്ഞില്ല. നീ ഭയപ്പെടേണ്ട, മലയാളം മനസ്സിലാവുന്നുണ്ടോ?’’

‘‘ഉവ്വ് സാർ എനിക്ക് റൊമ്പ സന്തോഷം. കേരളാ എങ്കൾക്ക് ഗൾഫ്...! കേരളം തമിഴർക്ക് ഗൾഫ് പോലെയാണ്. ബാലൻ നാഗസ്വരമൂതി. കണ്ണൻ തലകുലുക്കി. ഉണ്ണിമോനും ചെറിയമ്മാനും കൈകൊട്ടി. അടുത്ത വീടുകളിൽ നിന്ന് ആളുകൾ ഇറങ്ങി വന്നു. ചിലർ അവരോടൊപ്പം കൂടിയ കണ്ണൻ തലയുയർത്തി എന്തോ തിരയുന്നപോലെ മുന്നോട്ടു നടന്നു. അകലെ നിന്ന് നടന്നുവരുന്ന വൃദ്ധനെ കണ്ട് അവൻ ഒന്നു ചാടി. വാലുയർത്തി അയാളുടെ അടുത്തേക്കോടി.

‘‘കുഞ്ഞൻനായരേ....’’ മാമൻ വിളിച്ചു.‘‘കണ്ണാ....!’’ കുഞ്ഞൻ നായരുടെ ശബ്ദമുയർന്നു. ഇരമ്പിവന്ന മഴയിൽ നടുപ്പാടത്ത് അവർ നിന്നു. കണ്ണനും ഉണ്ണിമോനും കുട്ടികളും. നികത്താൻ മണ്ണിട്ടപാടം മഴപെയ്തൊലിച്ചു. മഴയേറ്റ് കണ്ണൻ തുള്ളിച്ചാടി.

‘‘ഓട് കണ്ണാ...’’ ഉണ്ണിമോനും കുഞ്ഞൻ നായരും ഒരുമിച്ച് പറഞ്ഞു. അവർ ഒരുമിച്ച് തുള്ളിച്ചാടി.

‘‘ആ കാളക്കുട്ടിയെ ഒന്നു പിടിക്കേയ്. കയറും പൊട്ടിച്ച് ഓടീതാ. ഒന്നു പിടിക്കിൻ’’അമ്മുവേട്ടത്തിയുടെ ശബ്ദം.

ഉണ്ണിമോനും മാമനും ഓടിവരുന്ന കുട്ടനെകണ്ടു. ‘‘കുട്ടാ....’’ ഉണ്ണിമോൻ വിളിച്ചു. അവൻ നിന്നു. ക്രും എന്ന ശബ്ദത്തോടെ ഉണ്ണിമോന്റെ അടുത്തുവന്നു. കണ്ണനെക്കണ്ട് അവൻ തുറിച്ചു നോക്കി. കണ്ണനും ചെവി എടുത്തു പിടിച്ചു തലകുലുക്കി.

ഹ...ഹ! കുഞ്ഞൻനായർ ചിരിച്ചു. മാമനും കൂടി നിന്ന നാട്ടുകാരും പറഞ്ഞു. ‘‘നല്ല ജോഡികൾ’’ മഴത്തുള്ളികൾക്ക് കനമേറിത്തുടങ്ങി. കണ്ണൻ കുഞ്ഞൻനായരുടെ വീട്ടിലേക്ക് നടന്നു. ‘‘വരൂ വരൂ... എല്ലാവരും വരിൽ.... മഴ തോർന്നിട്ടു പോവാം....’’ കുഞ്ഞൻനായർ പറഞ്ഞു. പറയും മുമ്പെ ഇറയത്തും മുറ്റത്തുമായി ആളുകൾ ഓടിക്കൂടി. കുട്ടികൾ കണ്ണന്റെ ദേഹത്തെ അലങ്കാരങ്ങളും കൊമ്പിലെ ചായവും മറ്റും ശ്രദ്ധിച്ചു. ഒരു കുട്ടി പറഞ്ഞു. ‘‘ഇത് കണ്ണനാടാ’’

തന്റെ പഴയ വീട്ടുമുറ്റത്തെത്തിയ കണ്ണന് പുതിയൊരുണർവ്വുതോന്നി. അവൻ തന്റെ മുന്നിലെ പാടശേഖരങ്ങളിലേക്കു നോക്കി. താൻ ഓടി സമ്മാനം നേടിയ ഊർച്ചക്കണ്ടം. മണ്ണിട്ടു നികത്തിയിരിക്കുന്നു. പല കണ്ടങ്ങളിലും തൂർന്നുകിടക്കുന്ന തവിട്ടുമണ്ണ്. മഴയ്ക്ക് കനം കൂടിയപ്പോൾ മണ്ണ് നനഞ്ഞു കുഴഞ്ഞു. നീർച്ചാലുകളായി ഒലിച്ചു

തുടങ്ങി.

കണ്ണനും കുട്ടനും അവരുടെ ഇരുഭാഗത്തുമായി ഉണ്ണിമോനും ബാലനും നിന്ന് മുന്നിലേക്ക് നോക്കി. നികന്ന വയൽമണ്ണ് നനഞ്ഞ് കുതിർന്ന് ചെളിയാകുന്നു. ചെളിവെള്ളത്തിൽ മഴത്തുള്ളികൾ ചളപള ശബ്ദിക്കുന്നു. കണ്ണൻ ഒരാവേശത്തോടെ മുന്നോട്ടോടി. കുട്ടനും ഉണ്ണിമോനും ബാലനും അവനൊപ്പമെത്തി.

''ഓടടാ കണ്ണാ...!'' ആരോ വിളിച്ചുപറയുന്നു. കണ്ണനും കുട്ടനും ഊർച്ചക്കണ്ടത്തിലൂടെ ചപ്ലിപിളിപിളി ഓടിച്ചാടി. കുട്ടികൾ അവരോടൊപ്പമിറങ്ങി.

വെള്ളം നിറഞ്ഞ പാടത്ത് കാളയോട്ടത്തിന്റെ ചളപളാ ശബ്ദവും കന്നുതെളിയുടെ ഹർഷാരവവുമുയർന്നു.

ഓഹോ ഹൊയ്...ഓഹൈയ്...!!

■

ഇന്ന് അവധിയായിരിയ്ക്കുന്നു.

സ്റ്റേഷൻ സ്റ്റോപ്പിൽ ബസ്സിറങ്ങവെ അനിത ഒന്നുകൂടി വാച്ചിൽ നോക്കി. എട്ട് ഇരുപത്. വണ്ടി അഞ്ചുമിനിട്ടെങ്കിലും വൈകി വന്നെങ്കിൽ ഒരാശ്വാസമായിരുന്നു. പതിവു യാത്രക്കാരെ ഒരു നോട്ടം കൊണ്ടെങ്കിലും പരിചയം പുതുക്കാം ലേഡീസ് കംപാർട്ട്മെന്റിൽ ഏതെങ്കിലുമൊരു സിറ്റിലിരുന്ന് പതിവു സഹയാത്രിക സിസിലി സീറ്റു തരപ്പെടുത്തിയിരിയ്ക്കും. തിരക്കുണ്ടെങ്കിലും അവൾ ഏതെങ്കിലും തരത്തിൽ സൗകര്യമുണ്ടാക്കും. വൃദ്ധകളോ രോഗികളോ ഉണ്ടെങ്കിൽ കുറച്ചു വിഷമമുണ്ടാകും.

ഗോവണിയിറങ്ങവേത്തന്നെ വണ്ടിയുടെ ചൂളം വിളി. ഹൗ!. അറി യാതെ ശബ്ദിച്ചു. ബസ്സിറങ്ങി ഇത്തിരി സാവധാനം നടന്നിരുന്നുവെങ്കിൽ കോണിയിൽ ഓടിക്കയറുകയും ഇറങ്ങുകയും ചെയ്യേണ്ടിവരുമാ യിരുന്നു. ഈയിടെയായി വണ്ടി കൃത്യസമയത്തോ ഒരു മിനിട്ടെങ്കിലും നേരത്തേയോ വരിക പതിവായിരിക്കുന്നു.

ജനൽക്കമ്പികൾക്കിടയിലൂടെ ഇളകുന്ന കൈത്തലം സിസിലി യുടേതാണെന്നു തിരിച്ചറിഞ്ഞു. തിങ്കളാഴ്ചയായതിനാലാകാം ഒരു വിധം തിരക്കുണ്ട്. ക്യൂവിൽ നിൽക്കുന്നവരെ വകഞ്ഞുമാറ്റി ഉള്ളിൽ കേറവെ ആരോടൊക്കെയോ പിറുപിറുക്കുന്നുണ്ടായിരുന്നു.

വല്യ ആപ്പീസർമാരാത്രെ. ഒരു മര്യാദയുമില്ല.

തിരക്കി സിസിലിയുടെ അടുത്തെത്തി. സീറ്റിൽ വെച്ചിരുന്ന ബാഗു നീക്കി സിസിലി ചോദിച്ചു. ''ഒരു മിനുട്ടിന്റെ വ്യത്യാസം. ഇന്നെന്താ അച്ഛനൊന്നും ചോദിച്ചില്ലേ!.''

അപ്പോളാണോർത്തത്. ഇന്ന് അച്ഛൻ ഒന്നും പറഞ്ഞില്ല. താൻ പുറപ്പെടാൻ അൽപം താമസിച്ചാൽ അച്ഛൻ ചോദിക്കും. ഇന്നെന്താ മോളെ അവധിയാണോ? മിക്ക ദിവസങ്ങളിലും അച്ഛന്റെ അതു കേൾക്കാതിരിക്കാൻ ഇത്തിരി നേരത്തെ പുറപ്പെടാൻ എന്നും ശ്രദ്ധിക്കാറുണ്ട്. എട്ടുമണിയായാൽ ആ ചോദ്യമുണ്ടാകും.

മിക്ക ദിവസങ്ങളിലും അച്ഛന്റെ ചോദ്യമുണ്ടാകും.

ഇന്നവധിയാണോ?

മക്കളെ പുറപ്പെടുവിച്ച് സ്കൂൾ വണ്ടികളിലാക്കി തിരിച്ചുവന്ന് ഡ്രസ്സു ചെയ്യാനൊരുങ്ങുമ്പോൾ അച്ഛന്റെ ചോദ്യം യാഥാർത്ഥ്യമായെങ്കിലോ എന്ന് ആശിക്കാറുണ്ട്. ഇന്നവധിയാണെങ്കിലെന്ന്.

തന്റെ ബദ്ധപ്പെട്ടുള്ള വരവ് സിസിലിയ്ക്ക് ഒരു തമാശയാണ്. അവൾ നേരത്തെ തയ്യാറായി സ്റ്റേഷനിലെത്തും. പാലക്കാട്ടേയ്ക്കു പോകുന്ന ഭർത്താവ് അവളെ ഷൊർണ്ണൂരിൽ കാറിൽ കൊണ്ടുവന്നിറക്കും.

ബാലേട്ടൻ എന്നോടു പറയാറുള്ളതാണ്. അനിതേ നീ ഡ്രൈവിംഗ് പഠിയ്ക്ക്. നമുക്കൊരു വണ്ടി വാങ്ങാം. ബൈക്കു പഠിച്ചാലും മതി. സ്റ്റേഷൻ വരെ പോകാമല്ലൊ.

ആഗ്രഹിക്കാറുണ്ടെങ്കിലും ബൈക്ക് ഓടിക്കാനിനിയും ധൈര്യം വന്നിട്ടില്ല. കഴിഞ്ഞ ലീവിനു വന്നപ്പോഴും സ്കൂട്ടിയിൽ ബാലേട്ടൻ പരിശീലിപ്പിച്ചതാണ്. എതിരായെന്തെങ്കിലും കണ്ടാൽ ശ്രദ്ധതിരിഞ്ഞു പോകും. സ്റ്റാർട്ടു ചെയ്തപ്പോൾ വണ്ടി മേലോട്ടുയർന്നു.

വാഹനത്തിന്നടുത്തെത്തുമ്പോൾ ഒരു വിറയാണ്. നേരത്തെ നോക്കേണ്ടതായിരുന്നു. ഇനി ശ്രമിച്ചാലും ആകുമെന്നു തോന്നുന്നില്ല. എട്ടു വയസ്സുള്ള മിന്നുമോൾ തിരക്കുള്ള റോട്ടിൽകൂടി സ്കൂട്ടി പഠിപ്പിക്കുമ്പോൾ ഭയം തോന്നി. അച്ഛന്റെ ആത്മഗതം ഏറ്റു പറയും.

നമ്മക്കിങ്ങനെയൊക്കെ മതി!

കോഴിക്കോട്ടെത്തുന്നവരെ സിസിലി സംസാരിച്ചുകൊണ്ടിരിക്കും. പ്രൊവിഡണ്ട് ഫണ്ട് ഓഫീസിൽ യുഡിസി യായ അവൾക്ക് സ്വന്തം വിശേഷങ്ങളേക്കാൾ മറ്റുള്ളവരുടെ കാര്യങ്ങളെക്കുറിച്ചാണധികം പറയാനുള്ളത്. ഓഫീസിലെ ഓരോ ജീവനക്കാരന്റേയും വീട്ടുവിശേഷങ്ങൾ സിസിലി വിശദീകരിക്കും. ഓഫീസറും ഭാര്യയുമായുള്ള ഇണക്കവും പിണക്കവും അവരുടെ സ്ഥിരം പല്ലവിയാണ്. സോഷ്യൽ ലേഡ്യായ നന്ദിതാമേനോൻ ചില ദിവസം വീട്ടിലെത്തില്ല. അന്നേ ദിവസം മേനോൻ സാറും വീടുവിട്ടിറങ്ങും, നഗരത്തിലെ ടൂറിസ്റ്റു ഹോമിൽ അദ്ദേഹത്തിന്നൊരു റൂമുണ്ട്.

കേട്ടാസ്വദിക്കുന്നതല്ലാതെ പകരം വിശദീകരിക്കാൻ അനിതയ്ക്കു വിഷയം കിട്ടാറില്ല. ബാലേട്ടന്റെ ജോലിക്കാര്യവും അവധിക്കുവന്നാലാണെ, ടൂറുകളും വിരുന്നുകളും പറഞ്ഞു മടുത്തതാണ്. സങ്കു മോളുടെ സ്കൂൾ വിശേഷങ്ങളും ഡാൻസും സംഗീതവും ആവർത്തിച്ചു മടുത്തു. അനിത അത്ഭുതപ്പെടാറുണ്ട്. സിസിലിയ്ക്ക് സംസാരിക്കാൻ പുതിയ പുതിയ വിഷയങ്ങളുണ്ടാകുന്നു.

ഒരു ദിവസം സിസിലിയെ കണ്ടില്ലെങ്കിൽ സഹയാത്രികർ ചോദിക്കും. ഇന്ന് വർത്തമാനം പറയുന്ന സാറെവിടെ?

''എവിടെയെങ്കിലും കല്യാണമോ നിശ്ചയമോ ഉണ്ടായിരിക്കും.'' അനിത പറയും.

എവിടെ കല്യാണമുണ്ടായാലും ഒരു ചെറിയ ക്ഷണം മതി. സിസിലി എത്തും. ബന്ധുക്കളുടെയോ പരിചയക്കാരുടെയോ വ്യത്യാസമൊന്നുമില്ല.

നമ്മൾ ഓരോ ആഘോഷത്തിൽ പങ്കെടുക്കുമ്പോഴും നമുക്കൊരു പുതിയ ബന്ധം ഉണ്ടാവുകയാണ്. സിസിലി പറയും. ഒരു പരിചയവുമില്ലാത്തവരാണെങ്കിലും ഒരരമണിക്കൂർ അടുത്തുകിട്ടിയാൽ സിസിലി അയാളുടെ ബന്ധുവായിത്തീരും. വണ്ടിയിൽ കൂട്ടമായ സംസാരം രണ്ടുപേരും ശ്രദ്ധിച്ചു. നഗരത്തിൽ അഖിലേന്ത്യാ കൈത്തറി, ഖാദി മേളയാണ്. പരസ്യത്തിന്റെ അറിവുകൾ പലരും പെരുപ്പിച്ചു പറയുന്നു. ഇന്ന് മൂന്നാം ദിവസമാണ്. പോയവർ ഗുണന്മയെപ്പറ്റിയും വിലക്കുറവിനെപ്പറ്റിയും വിവരിക്കുന്നു. ബീഹാർ കൈത്തറി, കാശ്മീർ ദോത്തി, സാരി, പേരുകൾ സ്ത്രീകൾക്കിടയിൽ വാചാലമാകുന്നു. മുപ്പതു മുതൽ അമ്പതുവരെ ശതമാനം വിലക്കുറവ്, വിദേശസാരികൾ ഒന്നിനൊന്ന് ഫ്രീ.

എന്തുണ്ടായിട്ടെന്താ. നമുക്കെവിടാ സമയം. അനിത ഒരു നെടുവീർപ്പോടെ പറഞ്ഞു. സിസിലി സംശയം കൂടാതെ പറഞ്ഞു. നമുക്കൊരരമണിക്കൂർ നേരത്തെ ഇറങ്ങാം, വീട്ടിൽനിന്ന് കോൾ വന്നിട്ടുണ്ടെന്ന് പറഞ്ഞാൽ മതി.

ഓ..!! ഞങ്ങളുടെ ഓഫീസർക്കതൊന്നും ഇഷ്ടമാവില്ല. ട്രഷറി ഓഫീസറെപ്പറ്റി അനിത പറഞ്ഞു. ഓനൊരു മുരടൻ മനുഷ്യൻ. ഇനി എത്രകാലം ഉണ്ടാവുമാവോ. പണിയൊന്നുമില്ലെങ്കിലും എല്ലാവരും സീറ്റിലുണ്ടാവണം. മൊബൈലുപയോഗിക്കാൻ പാടില്ല. ഉച്ചക്കെപ്പോഴെങ്കിലും നോക്കാം. സിസിലി പറഞ്ഞു. ട്രഷറിയിൽ നിന്ന് പിഎഫ് ഓഫീസിലേക്ക് ഒരു കിലോമീറ്റർ ദൂരമുണ്ട്. ഓട്ടോ വിളിച്ച് എക്സിബിഷൻ സ്റ്റാളിലെത്തി ഓഫീസ് ടൈമിനു മടങ്ങുക എത്ര എളുപ്പമല്ല.

വണ്ടിയിറങ്ങവെ സിസിലി പറഞ്ഞു. ഞാൻ വിളിക്കാം.

ട്രഷറിയ്ക്കു മുന്നിലെത്തവെ ഗേറ്റിൽ പലരും തലകുനിച്ചു നിൽക്കുന്നു. എന്തോ പന്തികേടുണ്ട്. അനിത പരിഭ്രമിച്ച് എല്ലാവരേയും നോക്കി.

അസിസ്റ്റന്റ് എസ്.ടി. വത്സമ്മ അടുത്തേക്കോടി വന്നു. അനിത അറിഞ്ഞില്ല അല്ലെ. മെസ്സേജയിച്ചിരുന്നു. നമ്മുടെ എസ്.ടി.ഒ പോയി. ഇന്നു പുലർച്ചയ്ക്ക്.

മെഡിക്കൽ കോളേജിലാണ്.

അൽപനേരത്തെ മൗനത്തിനു ശേഷം വത്സമ്മ പറഞ്ഞു. അടുത്തുതന്നെയാണ്. എങ്കിലും രണ്ടു കിലോമീറ്ററുണ്ട്. എല്ലാവരും വരട്ടെ. ഒത്തുകൂടിയിരുന്ന് പ്ലാൻ ചെയ്യാം.

സ്റ്റാഫ് അംഗങ്ങൾ ഓടി നടന്നു. കറുത്ത ബാഡ്ജുകൾ ധരിച്ചു. ട്രഷറിക്കു മുന്നിൽ കരിങ്കൊടിനാട്ടി. ഒരു ബോഡിൽ എഴുതി വെച്ചു. ട്രഷറി ഓഫീസർ ഉണ്ണി നാരായണന് ആദരാഞ്ജലികൾ. മറ്റൊരു പേപ്പറിൽ മാർക്കർ കൊണ്ടെഴുതിവെച്ചു. ട്രഷറി ഇന്ന് അവധിയായിരിക്കും.

സ്റ്റാഫ് സിക്രട്ടറി എല്ലാവരേയും വിളിച്ചു കൂട്ടിയിരുന്ന് അനുശോചനം രേഖപ്പെടുത്തി. വീട്ടിൽപോയി ഡഡ്ബോഡിയിൽ റീത്തു സമർപ്പിച്ച ശേഷമേ പോകാവൂ. ഓഫീസ് ഫോണിൽനിന്ന് സിസിലിയെ വിളിച്ചു. ഉച്ചക്കുശേഷം. അവളിറങ്ങും ഓഫീസറുടെ ബോഡിയെടുത്താൽ എക്സിബിഷൻ ഹാളിലെത്താം. അവൾക്കു വഴിപറഞ്ഞു കൊടുത്തു. പന്നിയങ്കര ഫ്ളവർമൂല ആറാമത്തെ വീട്.

അനിതേ.... നമുക്ക് പന്ത്രണ്ടു വരെ സമയമുണ്ട് സാറിനെ എടുക്കാൻ രണ്ടു മണിയാകുമത്രെ. നീ വരുന്നോ. നമുക്കൽപം പർച്ചേയ്സ് നോക്കാം. വത്സമ്മ പറഞ്ഞു.

''ചേച്ചി ഞാനെന്റെ ഫ്രന്റിനോട് രണ്ടുമണിക്കെത്താൻ പറഞ്ഞു.

ഓ! അവരോട് ഒന്നുകൂടി വിളിച്ചോ ഞങ്ങൾ പർച്ചെയ്സ് കഴിഞ്ഞേ പോകുന്നുള്ളൂവെന്ന്. വത്സമ്മ ഹാന്റ് ബാഗിൽ നിന്ന് മൊബൈലെടുത്ത്നീട്ടി.

ഓഫൂസറുടെ വിലക്കു നോക്കാതെ മൊബാൽ ഫോൺ പലരും രഹസ്യമായി കൊണ്ടുവരാറുണ്ട്. വത്സമ്മ സാറു തന്നെ ഓട്ടോ വിളിച്ചു. എക്സിബിഷൻ സ്റ്റാളിൽ പൂരത്തിന്റെ തിരക്ക്. മാഡം വരണം. അവർ ചിരപരിചിതരെപ്പോലെ വിളിച്ചു.

ഓരോ സ്റ്റേറ്റിന്റെയും സ്റ്റാളുകൾ, തുണികൾക്കു പുറമെ പാദരക്ഷകൾ. ബാഗുകൾ, ഗൃഹോപരണങ്ങൾ, കരകൗശല വസ്തുക്കൾ...

ഓരോ തിരുവുകളിൽ വെച്ച് സ്റ്റാഫംഗങ്ങളെ ഓരോരുത്തരെയായി കണ്ടുമുട്ടി. എല്ലാവരും ചോദിച്ചു. ഒരു മണിക്കെത്തണ്ടെ.

ആ....

പലരും ശബ്ദിച്ചു സിലക്ഷനിൽ മുഴുകി. പേഴ്സ് കാലിയാകുന്നെന്നോർത്തപ്പോൾ അനിത വാച്ചു നോക്കി. ''ചേച്ചി ഒരു മണി കഴിഞ്ഞു.''

അവർ കെട്ടുകളുമായി പുറത്തിറങ്ങി, പന്നിയങ്കരയെത്തുമ്പോൾ ആൾക്കൂട്ടം പിരിയുന്നു. അവർ മുറ്റത്തെത്തി.

''എടുത്തോ?'' അനിത ചോദിച്ചു. ഒരാൾ പറഞ്ഞു. ദാ ഇപ്പോ എടുത്തേയുള്ളു.

സാരമില്ല അനിതേ. നമ്മളെത്തിയല്ലോ അതുമതി...

''തിരികെ സ്റ്റേഷനിലേയ്ക്ക് ഓട്ടോ വിളിക്കവെ പ്യൂൺ അലവിക്കുട്ടി ഓടിയെത്തി.

അനിതാ മാഡം.. വീട്ടിൽ നിന്ന് ട്രഷറിക്ക് ഫോൺ വന്നിരുന്നു. അച്ഛനെന്തോ സുഖമില്ലായ്മ.

ഓ.... ഞെട്ടലോടെ ശബ്ദിച്ചു. സ്റ്റേഷനിലെത്തവെ സ്റ്റാർട്ടു

ചെയ്യുന്നവണ്ടി. കനമുള്ള സഞ്ചികൾ തൂക്കിപ്പിടിച്ച് മുന്നിൽ കണ്ട കംപാർട്ട്മെന്റിൽ കയറി. പട്ടാമ്പി വരെ നിന്നു. താൻ വിയർക്കുന്നില്ലെന്നു തോന്നി. രക്തം കട്ടപിടിച്ചിരിക്കുമോ? നെഞ്ചിടിപ്പിന്ന് ചൂടുകൂടുന്നു. കണ്ണിൽ നിന്ന് ചൂടുള്ള ആവി പറക്കുന്നു.

വണ്ടിയിറങ്ങി പുറത്തു കണ്ട ടാക്സി കാറിനെ മാടിവിളിച്ചു. പരിചയക്കാരനായ അയാൾ ചോദിച്ചു.

ടീച്ചർ ആസ്പത്രീന്നാണോ?

അല്ലാ. എന്താണുണ്ടായത്...?

മാഷ് അഡ്മിറ്റാണ്. ഞങ്ങള് പോയിരുന്നു...

കുറേ പേരുണ്ട്.

അങ്ങോട്ടു പോവാം.

ആസ്പത്രി ലിഫ്റ്റിൽ കയറാതെ സ്റ്റെപ്പുകൾ ഓടിക്കയറി. ഡ്രൈവറും കണ്ട പരിചയക്കാരും ഒപ്പമെത്തി. ബന്ധുക്കൾ പലരുമുണ്ട് മോൾ ഓടിവന്നു.

മമ്മീ... അച്ചാച്ച

സാരമില്ല മോളെ. ഐസിയുവിലാണ്. ഒന്നും പറയാനാകില്ല. ഇപ്പോൾ കാണാനൊക്കില്ല. ഡോറിന്റെ ഗ്ലാസിലൂടെ നോക്കിക്കോളൂ.

ഐസിയു ഡോറിന്റെ ചതുരൻ ചില്ലിലൂടെ കർട്ടൺ നീക്കിനോക്കി. ഓക്സിജൻ മാസ്ക്കിട്ടിട്ടും നെഞ്ചുയരുകയും താഴുകയും ചെയ്യുന്നു. കൃഷ്ണമണികൾ തനിയ്ക്കു നേരെ ഉയരുന്നതായി അനിതക്കു തോന്നി.

അദ്ദേഹം തന്നോട് എന്തോ ചോദിക്കുകയാണ്.

■

ആതിരമഞ്ഞ്

മരം കോച്ചുന്ന ധനുമാസപുലരിയിൽ, പുഴയോരത്തെ പാടവരമ്പത്തുകൂടി ആരോ നടന്നുപോകുന്നു. അരികുകളിലെ പുൽനാമ്പുകളിൽ മഞ്ഞിൻകണങ്ങൾ വെളുത്ത ചാമയരികൾ പോലെ തിളങ്ങിനിൽപുണ്ടാകും. വരമ്പത്തുകൂടി നടക്കുന്നവരുടെ കാലുകളിൽ തട്ടി അവ ചിതറിത്തെറിയ്ക്കും.

തലയിൽ വെളുത്ത തുവർത്തു മുണ്ടിട്ടു പുഴക്കടവിലേയ്ക്കു നീങ്ങുന്നയാൾ ആരായിരിയ്ക്കും? തുളപ്പൻ ശീതക്കാറ്റിൽ അയാൾ പടവുകളിലെത്തി നിൽക്കുന്നു. കരയിലനുഭവപ്പെടുന്ന തണുപ്പ് വെള്ളത്തിനുണ്ടാകില്ലെന്ന് പരിചിതർക്കറിയാം മുങ്ങി നിവരുമ്പോൾ തണുപ്പുവിട്ടിരിക്കുമെന്നും മഞ്ഞു വീശിയെത്തുന്ന കാറ്റാണ് പിന്നെ കിടിലം കൊള്ളിക്കുക.

ഫ്ളാറ്റിൽ ആറാം നിലയിലെ ചില്ലിട്ട ജനലിലൂടെ അകലെയായി കാണുന്ന പരപ്പിൽ വീടുകളും ഇത്തിരി തൊടികളും കാണാം.

രാവിലെ എവിടെയും മൂടി നിൽക്കുന്ന മഞ്ഞുപുക. വെയിൽ വരാൻ താമസമാണ്. അടുത്ത റൂമുകളിൽ താമസിക്കുന്നവരിൽ വൃദ്ധരും മധ്യവയസ്കരുമുണ്ട്. രാവിലെ എഴുന്നേറ്റ് നടക്കുന്നവരുണ്ട്. പലപ്പോഴും അവരോടൊപ്പം നടന്നു പോകാനാഗ്രഹിച്ചതാണ്.

‘‘അമ്മ ഈ മഞ്ഞിലിറങ്ങി നടക്കേണ്ട. നീർക്കെട്ട് പിടിച്ച് ശ്വാസം മുട്ട് വന്നാൽ കൊണ്ടുമണ്ടാൻ എനിയ്ക്കാവില്ല! അല്ലെങ്കിൽ തന്നെ നിന്നുതിരിയാൻ നേരമില്ല.’’

ഹരിക്കുട്ടന്റെ പരാതി പതിവുപോലെ അന്നും കേട്ടു. അവനെ കുറ്റം

പറഞ്ഞിട്ട് കാര്യമില്ല. ഒരിക്കൽ പാതിരാത്രിയ്ക്ക് ശ്വാസതടസ്സം വന്നപ്പോൾ സുഹാസിനി അയൽക്കാരെയെല്ലാം വിളിച്ചുണർത്തി ട്രാവൽസ് സർവ്വീസ് നടത്തുന്ന ഹംസുട്ടിയാണ് ആശുപത്രിയിലേക്ക് കൊണ്ടുപോകാൻ തയ്യാറായത്. ഹരിദാസിനെ വിളിച്ചുപറഞ്ഞതും അയാൾ തന്നെ.

ഇന്നു പൊതുവെ നാട്ടിൻപുറത്തെ സ്ഥിതി അങ്ങനെയാണ് മിക്കവീടുകളിലും പുരുഷന്മാർ കുറവ്. വൃദ്ധരും സ്ത്രീകളും മാത്രം. ടി.വി. പരിപാടികൾ കണ്ട് വൈകി ഉറങ്ങുന്നവർ എന്ത് ആപത്തുണ്ടായാലും അറിയില്ല. അറിഞ്ഞാലും എഴുന്നേൽക്കാൻ മടിക്കും.

ഹരിയും രമണിക്കുട്ടിയും നിർബ്ബന്ധിച്ചാണ് അമ്മയെ കൊണ്ടുവന്നത്. തീരെ മനസ്സില്ലായിരുന്നു. രണ്ടുപെൺമക്കളും ഒരു മകനുമുണ്ടായിട്ടും വീടും തൊടിയും നോക്കാനാളില്ല. സഹായിയായി എന്നും നിന്നു പോന്നിട്ടുള്ള സുഹാസിനി മാത്രം നോക്കാനുണ്ട്. വല്യമ്മ എന്ന അവളുടെ വിളി ഹരിയുടെ അമ്മ വിളിയേക്കാളും പെൺമക്കളുടെ കൊച്ചുമക്കളുടെ അമ്മമ്മേ വിളിയേക്കാൾ കേൾക്കാൻ കൊതി.

അമ്മ ഇനി ഇവിടെ നിൽക്കണ്ട. അവിടെയാകുമ്പോൾ എങ്ങും പോകാനാവില്ല. ഫ്ളാറ്റിൽ നിന്നിറങ്ങാൻ ലിഫ്റ്റു വേണം. അവിടെ വരാന്തയിൽ അത്യാവശ്യം നടക്കാം.

കേട്ടപ്പോൾ ഇത്രയും കുടുങ്ങിയ അവസ്ഥയായിരിയ്ക്കുമെന്നു കരുതിയതല്ല നഗരത്തിലെ ജീവിതം. ഫ്ളാറ്റിലെ സൗകര്യങ്ങൾ. കാറ്റും വെയിലും കൊള്ളണ്ട. ഭക്ഷണം കഴിച്ച് കുളിച്ചൊരുങ്ങി വെറുതെയിരിയ്ക്കുക. ഇവിടെയായാലും അതുതന്നെയല്ലേ!

മകന്റെ മകൾ അഞ്ജു കൂട്ടായിരിക്കുമെന്ന് കരുതി. രാവിലെ ട്യൂഷൻ, വൈകിട്ടു ട്യൂഷൻ. അച്ഛമ്മയോടൊന്നു മിണ്ടിപ്പറയാൻ അവൾക്കു നേരമില്ല.

അച്ചമ്മേ ടാറ്റാ... ആകെ കൊച്ചുമോൾക്ക് അച്ഛമ്മയോടുള്ള സംവേദനം പ്രഭാതത്തിലും വൈകുന്നേരം ട്രൂഷനിറങ്ങുമ്പോഴുള്ള രണ്ടക്ഷരമാണ് ടാറ്റ.

അച്ഛമ്മേ അച്ചമ്മയ്ക്ക് മലയാളം പോയട്രീസ് അറിയാമോ?

മോള് കേൾക്കാൻ തയ്യാറായി വരൂ. പഠിയ്ക്കേം വേണം.

രമയ്ക്ക് ഇഷ്ടമാവില്ലെന്നു കരുതി അവളോടു സ്വകാര്യമായാണു പറഞ്ഞത്. വൈകുന്നേരത്ത് ട്യൂഷനു ശേഷമെത്തിയ അഞ്ജു മോൾ അച്ഛമ്മയ്ക്കടുത്തു വന്നു.

ഫ്ളാറ്റിലെ റൂമിനുമുന്നിലെ ജനലിനപ്പുറത്ത് വെൺമേഘങ്ങൾ ചിതറിയ ആകാശം നോക്കി അച്ഛമ്മ പറഞ്ഞു. മോൾക്കെന്തെങ്കിലും കാണാന്നുണ്ടോ?

''ചന്ദ്രനുദിക്കുന്നത് കാണുന്നുണ്ട്. രാ വെളിച്ചമുണ്ടാവുന്നു.''

''അതെ. ഇപ്പെ വല്ലതും തോന്നുന്നുണ്ടോ!''

''ആകെ ഒരു രസം. നോക്കിയിരിക്കാൻ തോന്നും. അതെന്താ അച്ചമ്മേ ഈ കാലത്തെ നിലാവിനു വിശേഷം!''

ആ, ഇതാണുമോളെ ധനുമാസ നിലാവ്, നമ്മടെ സ്ത്രീകളുടെ ഒരുത്സവമാണുവരുന്നത്. തിരുവാതിര. അതിനെ വരവേൽക്കുവാനാണ് നിലാവങ്ങനെ ഒരുങ്ങിവരുന്നത്. അച്ഛമ്മ എന്തോ ഓർത്തുകൊണ്ടു മൂളുന്നതായി അഞ്ജുവിനും തോന്നി, അവൾ തിടുക്കം കൂട്ടി.

''ഉം ചൊല്ലു അച്ഛമ്മേ....
ആതിരവരുന്നേരമൊരുമിച്ചു
കൈകോർത്തു
വരവേറ്റിടാം നമുക്കിക്കുറി
വരും കൊല്ല
മാരെന്നുമെന്തെന്നുമാർക്കറിയാം...''

അച്ഛമ്മ ഓരോ വരിയായി ചോല്ലി. അഞ്ജു ഏറ്റുചൊല്ലി അവർ നിർന്നിമേഷയായി അകലേയ്ക്കു നോക്കി ഇരുന്നു.

''എന്താ അച്ഛമ്മേ...''

അവർ ഞെട്ടി. രണ്ടു പേരും അകത്തളത്തിൽ അവരെ രണ്ടു പേരെയും നോക്കി നിശ്ചലയായി നിൽക്കുന്ന അമ്മയെ കണ്ടു. അവരുടെ കണ്ണുകളിൽ തിളക്കം.

''എന്താ മമ്മീ!'' അഞ്ജു ചോദിച്ചു.

രമ അടുത്തേയ്ക്കുവന്നു. അച്ഛമ്മയുടെയും അഞ്ജുവിന്റേയും മുന്നിൽ കുട്ടിയെപ്പോലെ ഇരുന്നു. ''അമ്മേ ഒന്നുകൂടി ചൊല്ലൂ...!'' പറയുമ്പോൾ അവരുടെ തൊണ്ട ഇടറിയിരുന്നു. അച്ഛമ്മ അത്ഭുതത്തോടെ മരുമകളെ നോക്കി. ഇങ്ങനെ ഒരു ഭാവം ആ അമ്മായിയമ്മ മരുമകളിൽ കണ്ടിട്ടില്ല. രമ തുടർന്നു.

''കക്കാട് സാറിന്റെ ആ കവിത യുവജനോത്സവത്തിന് അച്ഛനെന്നെ പഠിപ്പിച്ചതാണ്. ഞാനതു ചൊല്ലി സ്റ്റേറ്റ് ഫസ്റ്റു വാങ്ങി. ഇന്നാ കവിയുമില്ല. എന്നെ കവിത പഠിപ്പിച്ച അച്ഛനുമില്ല.''

''വരും കൊല്ലമാരെന്നുമെന്തുന്നു മാർക്കറിയാം!'' അച്ഛമ്മ ഒരിക്കൽക്കൂടി ചൊല്ലി.

''ആർദ്രമീ ധനുമാസരാവിലൊന്നിൽ...''

രമയും അച്ഛമ്മയും ഒരുമിച്ചു കവിത ചൊല്ലി. അഞ്ജു അവരോടൊപ്പം ചെല്ലാൻ കൊതിച്ചു

''വാട്ടെ ബ്യൂട്ടിഫുൾ റൈംസ് അല്ലേ മമ്മീ''-അവൾ ചോദിച്ചു.

''എന്താ എല്ലാവരും കൂടി കവിത ചൊല്ലാണോ! ഇതെന്തുപറ്റി?'' ഹരി കേട്ടുകൊണ്ടാണു കയറിവന്നത്. അച്ചമ്മയും അമ്മയും കവിത നിർത്തിയില്ല. അയാൾ കേൾക്കെ അവരാവർത്തിച്ചു.

ആതിരവരും നേരമൊരുമിച്ചു കൈകോർത്തുവരവേറ്റിടാം. നമുക്കിക്കുറി-

''ഓഹോ! അയാൾ തലയാട്ടിക്കൊണ്ട് ഡ്രസ്സിങ്ങ് റൂമിലേയ്ക്കു കടന്നു. രമ അഞ്ജുവിന്റെ കൈപിടിച്ച് അടുത്തേയ്ക്കു ചെന്നു.''

''ഉം. എന്തേ പതിവില്ലാതെ! മോള്ടെ എക്സാം കഴിഞ്ഞോ? എങ്ങനെയുണ്ട്?''

''നന്നായി എഴുതീട്ടുണ്ട്. അച്ഛാ നമ്മളെന്നാ നാട്ടീപോണോ! '' അഞ്ജുവിന്റെ ചോദ്യം കേട്ട് അയാൾ അത്ഭുതപ്പെട്ടു. എന്തേ മോളേ ഇപ്പൊരു നാട്ടീപ്പോക്ക് തോന്നാൻ.

അവതരിപ്പിച്ചത് രമയാണ്. ''നമുക്കിക്കുറി ക്രിസ്തുമസ്സിന് നാട്ടിൽ പോയി പത്തു ദിവസം നിൽക്കാം. അമ്മയ്ക്കും ആഗ്രഹംണ്ട്.''

''ഇത്രനേരം അമ്മയുടെ ബ്രെയിൻ വാഷിങ്ങായിരിക്കുംല്ലേ. തിരുവാതിരക്കവിത കേട്ടപ്പോഴേ തോന്നി.''

''അമ്മയുടെ കവിത ചൊല്ലൽ കേട്ടപ്പോൾ ഞാൻ നമ്മുടെ വീടും തൊടിയും ഓണവും തിരുവാതിരയുമൊക്കെ ഓർത്തു.''

ഹരി മറുത്തൊന്നും പറഞ്ഞില്ല. ക്രിസ്തുമസ് അവധി രണ്ടോ മൂന്നോ ദിവസമാകാം. അധിലധികമൊന്നും പറ്റുമെന്നു തോന്നുന്നില്ല. പുതിയ വർഷത്തെ ലീവ് ഒന്നിച്ചെടുക്കുന്നതു ഭംഗിയാവില്ല.

അതൊക്കെ ശരിയാകും. ഞാനും ലീവിന് അപ്ലൈ ചെയ്യാം. കൊറെ കാലായീലൊ നാട്ടിൽ പോയിട്ട്. ബോംബേന്ന് മിനിയും കുഞ്ഞുങ്ങളും വരാന്ന്.

''ഓ! അപ്പൊ എല്ലാ പദ്ധതീം ആയിരിയ്ക്കുന്നോ. എന്നാ ഒരു കൈ നോക്കാം, അല്ലേ അമ്മേ!'' ഹരിദാസ് അമ്മയോടു ചോദിച്ചു. ഒന്നും പിടികിട്ടാതെ അവർ മിഴിച്ചിരുന്നു. അഞ്ജു പറഞ്ഞു. ''അച്ഛമ്മേ നമ്മള് നാട്ടീപ്പോണൂന്ന്. അച്ഛമ്മയ്ക്കും നമ്മക്കും ഇക്കുറി തിരുവാതിര കുളിയ്ക്കാം!''

''ങേ നേരോ! അമ്മയുടെ കണ്ണുകൾ വിടർന്നു. സുഹാസിനി ഇന്നലേ വിളിച്ചതാ. അമ്മാമ്മ എന്നാ വരാന്ന്. അവൾക്കൊന്നു വിളിച്ചു പറയ് മോളെ. എല്ലാം അവള് വേണ്ടേ ഒരുക്കാൻ''

സുഹാസിനി വെറും വേലക്കാരിയല്ല. അമ്മയുടെ കാര്യങ്ങൾ വീഴ്ച കൂടാതെ നോക്കിനടന്നതവളാണ്. അമ്മമ്മേ എന്നാണവൾ അവരെ വിളിച്ചുവരുന്നത്. അച്ചമ്മയ്ക്ക് ഹാർട്ടിന് ആഞ്ചിയോപ്ലാസ്റ്റി നടത്തിയപ്പോൾ ഒരാഴ്ച ഊണും ഉറക്കവുമില്ലാതെ ശുശ്രൂഷിച്ചതവളാണ്.

പിറ്റേന്നും എല്ലാവരും എഴുന്നേൽക്കും മുമ്പ് അച്ഛമ്മ എഴുന്നേൽക്കുന്നതുകണ്ട് അഞ്ജുവും ഉണർന്നു. ജനലിലൂടെ അകലേയ്ക്കു ചൂണ്ടി അവർ ചോദിച്ചു.

''അഞ്ജു കണ്ടോ ആ പാടത്തെ മഞ്ഞിനപ്പുറം പുഴപോലെ തോന്നുന്നില്ലേ? ആരൊക്കെയോ നടന്നുപോകുന്നു.'' ''അച്ഛമ്മയ്ക്കു തോന്നുന്നതാ. അവിടെ പുഴയൊന്നൂല്യാ. കൊച്ചി കായലാ. അതു പാടമൊന്നുമല്ല ടൗണാ മഞ്ഞിൽ അകലേ നിന്നു നോക്കുമ്പോ തോന്നും അച്ഛമ്മേടെ മനസ്സിലിപ്പോഴും നമ്മുടെ നാടാ!''

''ആ! ഇനി രണ്ടു ദിവസല്ലേ വേണ്ടൂ. ഒരുപാടു കാലായി വന്നിട്ടെന്നു തോന്നുന്നൂ.''

മഞ്ഞുതുവരുന്ന ഒരു പ്രഭാതത്തിൽ അവർ പുറപ്പെട്ടു. കാറിന്റെ ഡോറിനടുത്തിരിയ്ക്കുന്ന അമ്മയോട് ഹരി പറഞ്ഞു. ''അമ്മ അരികിലിരി

യ്ക്കണ്ട. മഞ്ഞു ശ്വസിച്ചാൽ ശ്വാസംമുട്ടുവരും.''

''പിന്നെ!... നീയൊന്നു മിണ്ടാതിരി. ആതിര മഞ്ഞ്. ആരോഗ്യണ്ടാക്കും. നമ്മുടെ ഭൂമിയുടെ പുതപ്പാ ഈ കുളിർ മഞ്ഞ്.'' അമ്മ സംസാരം നിർത്തുന്നില്ലെന്നു കണ്ട ഹരി വണ്ടി സ്റ്റാർട്ടു ചെയ്തു. അയാൾ പറഞ്ഞു. ''ഭൂമി പുതച്ചോട്ടെ. നമ്മൾക്ക് പോവാം.''

ഇളം വെയിലിൽ മഞ്ഞുപാളികൾ അപ്രത്യക്ഷമായി. ഗേറ്റിന്നടുത്തേയ്ക്കോടി വന്ന സുഹാസിനിയെ കണ്ട് അച്ഛമ്മ ചാടിയിറങ്ങി. ഹായ് എന്തൊരുഷാറാ അച്ഛമ്മയ്ക്ക് സുഹാസിനി ചേച്ച്യേ കണ്ടപ്പോൾ.

ചാണകം തേച്ച് അടിച്ചുവാരിയ മുറ്റത്തേയ്ക്ക് അവരിറങ്ങി. തുളസിത്തറയിലെ വാടിയ തുളസി കണ്ട് അവർ പറഞ്ഞു. അതിനിത്തിരീശ്ശെ വെള്ളമൊഴിക്കാർന്നില്ലേ സുഹാസിന്യേ.

''ഞാനൊഴിക്കാറുണ്ട്. അമ്മ ഇറങ്ങ്യേ പിന്ന്യാ അതിന്ന് വാട്ടം...!''

''ഇനി നന്നായിക്കൊളുലോ-'' രമ പറഞ്ഞു.

''ഉം!'' അച്ഛമ്മ മൂളി.

ഗേറ്റിനു മുന്നിൽ ഒരു ക്യ്രൂയിസർ വണ്ടി വന്നുനിന്നു.

''ഹായ് മിനിയമ്മായി!.'' അഞ്ജു വിളിച്ചു പറഞ്ഞു. മിനിയും രണ്ടുപെൺകുട്ടികളും ഇറങ്ങി വന്നു.

''അഞ്ജു അവരെ കെട്ടിപ്പിടിച്ചു.

അനു, മിനു.

കുട്ടികൾ ഒരു മിച്ചു ചോദിച്ചു.

''എവിടെ അമ്മമ്മ''

യാത്രാക്ഷീണം വകവെയ്ക്കാതെ അമ്മമ്മ ഇറങ്ങിവന്നു. അവരൊന്നിച്ചു. പൂമുഖത്തു കയറി.

സ്റ്റോറിൽ കായക്കുലകൾ കയറ്റിവെച്ചു വന്ന സുഹാസിനിയോടു അവർ പറഞ്ഞു.

''ആ പത്തായത്തിൽ വെയ്ക്ക്. മകീരത്തിനെടുത്താൽ മതി.''

''അമ്മേ തിരുവാതിരടെ ഒക്കെയായോ?''

മിനിചോദിച്ചു. അവർ ഒത്തുകൂടി. മിനിയും രമയും മക്കളും. അവർക്ക് തിരുവാതിര വിശേഷങ്ങളറിയണം.

കുട്ട്യോളെ അമ്മയ്ക്കു ക്ഷീണാണ്ടാവും. യാത്ര ചെയ്തതല്ലെ. കുറെ ദിവസമായി രാവിലെ നേരത്തെണീക്കുന്നു.

''വരിൻ വരിൻ....'' അച്ഛമ്മ അവരോടു പറഞ്ഞു. കുട്ടികൾ ഒപ്പം കൂടി രമയും മിനിയും അവരോടൊപ്പം ചെന്നു.

''ധനുമാസത്തിലെ തിരുവാതിര
ഭഗവാന്റെ തിരുനാളാണ്.
ശ്രീപാർവ്വതിയക്ക് നോൽമ്പാണ്
പാടിത്തുടിയ്ക്കുവിൻ മങ്കമാരേ..''

അച്ഛമ്മയുടെ പാട്ട് ഏറ്റുപാടാൻ അവർക്കു വിഷമം. ഓരോ വരിയായി അവർ ചൊല്ലിക്കൊടുത്തു.

''എന്താ അമ്മമ്മേ അണുങ്ങൾക്ക് പാടിത്തുടിക്കാൻ പാടില്ലേ!'' ആനി

ചോദിച്ചു.

''മക്കളേ തിരുവാതിര പെണ്ണുങ്ങടെ ഉത്സവമാണ്. പാർവ്വതി പ്രീതിയ്ക്കായി നോമ്പു നോൽക്കുന്നു. നിത്യമംഗല്യം ലഭിക്കും. ''

''അതെന്താ അച്ചമ്മേ.'' അഞ്ജു ചോദിച്ചു. രമയും മിനിയും ചിരിച്ചു. ''സ്ത്രീകൾക്ക് ഭർത്താക്കന്മാരേ നഷ്ടപ്പെടാതിരിയ്ക്കും. എന്നെന്നും ഒരുമിച്ചു കഴിയാൻ ഭാഗ്യം.'' അച്ഛമ്മ പറഞ്ഞു തീരും മുമ്പ് തൊണ്ടയിടറി. നീണ്ട ചുമ.

''മതി മതി തിരുവാതിര പുരാണം അമ്മമ്മയ്ക്കു ചുമ വരും. ശ്വാസം മുട്ടുവന്നാൽ ആസ്പത്രീ കൊണ്ടോവണ്ടിവരും.'' -മിനി കുട്ടികളെ ഓർമ്മിപ്പിച്ചു.

ചുമ നിന്നപ്പോൾ അവർ വിരലിൽ കണക്കുകൂട്ടി. കാർത്തിക, രോഹിണി, മകീരം, തിരുവാതിര, കാർത്തികനാൾ കാക്ക കരയും മുമ്പെണീറ്റു കുളിയ്ക്കണം. രോഹിണി നാൾ ലോകരറിയും മുമ്പ് . മകീരത്ത്നാൾ മക്കളുണരും മുമ്പ്. മകീരം പുലർച്ചെ തിരുവാതിരയായി. മകീര രാത്രി പാതിരാപ്പൂ ചൂടണം. ദശപുഷ്പങ്ങൾ വകയൊരുക്കണം.

സുഹാസിനിയ്ക്ക് എല്ലാം മനപ്പാഠമായി. കാർത്തികനാൾ മുതൽ അമ്മയെ കുളിയ്ക്കുവാൻ മഞ്ഞും തണുപ്പും വകവെയ്ക്കാതെ അവൾ സഹായിച്ചു. മിനിയും രമയും മുടക്കാൻ നോക്കി. അമ്മമ്മ ദേഷ്യപ്പെട്ടു.

പെണ്ണുങ്ങളേ എൺപതു തിരുവാതിര നോറ്റ തടിയാണിത്. പുലർച്ചെ ഞാൻ തൊട്ടിട്ടാ ഭാരതപ്പുഴ ഉണരാറുള്ളത്.

നാലു ദിവസം തുടർച്ചയായ നേരത്തേക്കുളി അച്ഛമ്മയുടെ ആരോഗ്യം ക്ഷയിപ്പിക്കുന്നതായി അവർക്കു തോന്നി. തുമ്മാനും ചുമയ്ക്കാനും തുടങ്ങി. നോമ്പിന് കാവത്തും പുഴുക്കും പപ്പടവും കൂവപ്പായസവും പാളയങ്കോടൻപഴവും ഇളനീരും ഒരുക്കാൻ അവർ ഒപ്പംകൂടി.

''ഇന്നലെ ചോഴികള് വന്നില്ലേ സുഹാസിന്യേ'' അവർ ചോദിച്ചു. കുട്ടികൾക്കും മനസ്സിലായില്ല. ചുമയ്ക്കിടയിൽ അവർ പറഞ്ഞു. ''ചോഴികൾ മകീരനാളിൽ വീടുകളിൽ നടക്കും. ദേഹത്ത് വാഴപ്പോള വെച്ചു കെട്ടി പാളക്കഷ്ണം കൊണ്ടു മുഖംമൂടിയും വെച്ച്.''

''ചോഴികളാം ഞങ്ങൾ ചോഴികളാം
പണ്ടാരച്ചോഴി പടച്ചോഴി
ഭൂതികളായ് ശിവഭൂതികളായ്
ചോഴിയിതാവന്നേ ചോഴികളേയ്....

കൊട്ടിയും കൂവിയും അവർ വീടുകളിലെത്തും.

ശിവഭൂതഗണങ്ങളാണ് കുട്ട്യേളേ ചോഴികള്...'' അവർക്ക് അരിയും പഴവും പണവും കൊടുക്കണം.

അച്ഛമ്മയ്ക്ക ക്ഷീണം വരുന്നു. ശ്വാസം കിട്ടാതെ പിടയുന്നു.

''അമ്മേ, അമ്മേ..... രമ വിളിച്ചു.

അച്ഛാ, ദേ അച്ചമ്മയ്ക്കു വയ്യാ....''

അഞ്ജു വിളിച്ചു പറഞ്ഞു. ഹരി ഓടി വന്നു.

''ഞാൻ വിചാരിച്ചതാണ്. അതിനെ കുളിപ്പിച്ചും തീറ്റിച്ചും

കഷ്ടത്തിലാക്കുംന്ന്. പതുക്കെ എടുക്കിൻ. ഡോക്ടറെ കാണിക്കാം.''

അവർ അവരെ കാറിലിരുത്തി. ശക്തിയായ ശ്വാസതടസ്സം. പതിവായി കാണിക്കാറുള്ള ക്ലിനിക്കിൽ ഡോക്ടറുണ്ടായിരുന്നു.

''സാരിമില്ല. ആഞ്ചിയോപ്ലാസ്റ്റി കഴിഞ്ഞതല്ലെ. ഹാർട്ട് പമ്പിങ്ങിന്റെ പ്രശ്നമാണ്. ജലദോഷം വന്ന് ശ്വാസനാളത്തിൽ വെള്ളം കടന്നതാണ് ലേസിസ് ഇഞ്ചക്ഷൻ കൊടുക്കാം. വിശ്രമിച്ചോട്ടെ.''

അവർ വീട്ടിലെത്തവെ മുറ്റത്ത് തിരുവാതിര കളിക്കാനെത്തിയ സ്ത്രീ കൾ. കാറിൽ നിന്ന് ചാടിയിറങ്ങിയ അമ്മൂമ്മയെ എല്ലാവരും അത്ഭുത ത്തോടെ നോക്കി.

അവർ ചോദിച്ചു.

''എന്താ പെണ്ണുങ്ങളെ, കൂട്ടംകൂടി നിക്കണെ! വട്ടത്തില് നിൽക്കിൻ...'' അതും പറഞ്ഞ് അവർ കൈകൊട്ടിപാടി, പെൺകൂട്ടത്തിനു നടുവി ലേയ്ക്ക് ഒറ്റച്ചാട്ടം.

''പൂവിട്ടു പൂവിട്ടു പൂവിട്ടു നിൽക്കുന്നു
പൂത്തിരുവാതിര, രാത്രി...!!''

■

അനുയായി

അലങ്കരിച്ച വേദിയിലിരിക്കുമ്പോഴും സദസ്സിന്റെ പിൻനിരയിലേക്ക് ശ്രദ്ധിക്കുകയായിരുന്നു. എവിടെയെങ്കിലും ഒരൊഴിഞ്ഞ ഭാഗത്ത് ആ പരിഷ്കൃത രൂപത്തെ പ്രതീക്ഷിച്ചു. പ്രായത്തിൽ വളരെ വ്യത്യാസം സംഭവിച്ചിരിക്കാമെങ്കിലും കണ്ടാലറിയാതിരിക്കില്ല.

അവസാനമായി കണ്ടിട്ട് ഇരുപത് വർഷമായിട്ടുണ്ടാകും. അന്ന് ഒരു തിരഞ്ഞെടുപ്പു കമ്മറ്റിയുണ്ടാക്കുന്നതിനാണ് ഈ ഗ്രാമത്തിൽ വന്നത്. ഈ റോഡ് അന്ന് മെറ്റലിടാത്ത ചെമ്മൺ പാതയായിരുന്നു. മെറ്റലുണ്ടെന്നതിൽ കവിഞ്ഞു പാതയ്ക്കോ ഗ്രാമത്തിന്നോവലിയ മാറ്റമില്ല.

അപ്പേട്ടൻ എന്നു വിളിക്കുന്ന അപ്പുനായരുടെ കളത്തിൽത്തന്നെയായിരുന്നു അന്നും യോഗം. തെങ്ങിൻപട്ടകൊണ്ട് മറച്ചുകെട്ടി താൽക്കാലികമായുണ്ടാക്കിയ പന്തൽ. തിരഞ്ഞെടുപ്പ് കഴിയുംവരെ ഒത്തുകൂടാനും ഭക്ഷണം കഴിക്കാനും പഞ്ചായത്തിലെയാകെ പ്രവർത്തകർക്കത് താവളമായിരുന്നു. ഇനിയും തുടരണം.

ഉൽഘാടനം ചെയ്യപ്പെട്ട ഗ്യാസ് പ്ലാന്റിനെക്കുറിച്ചും അതിന്റെ പ്രാധാന്യത്തെക്കുറിച്ചും. ഗവർമെണ്ടിന്റെ വികസനപരിപാടികളെക്കുറിച്ചും പ്രസംഗങ്ങൾ പൊടിപൊടിക്കുന്നു.

വാച്ചിൽനോക്കി. സമയം പത്ത്, പത്ത്. ആളുകൾ പിരിഞ്ഞു പോകുന്നു. പ്രസംഗകൻ ജില്ലാ പ്രസിഡണ്ടാണ് മൈക്ക് ഒഴിവാക്കുന്നില്ല.

പിടിച്ചുനിർത്തിയിട്ടും ആളുകൾ പിരിഞ്ഞുപോകുന്നതിനാൽ സംഘാടകരും വീർപ്പുമുട്ടുന്നു. വേദിയിലിരിക്കുകയും എഴുന്നേൽക്കുകയും

വീണ്ടും ഇരിക്കുകയും ചെയ്യുന്ന അപ്പേട്ടനും പരിപാടി കഴിയാൻ താല്പ ര്യപ്പെടുന്നു.

മനസ്സിൽ പറഞ്ഞു. ഇല്ല. ആ മനുഷ്യൻ വന്നിട്ടില്ല. മുഷിഞ്ഞ മുണ്ടും തോളത്തൊരു തുവർത്തുമുള്ള മനുഷ്യൻ. അലക്ഷ്യമായി പുറകോട്ട് കോതിയിട്ട മുടിയും മുഖമാകെ കുറ്റിരോമങ്ങളും കാതിൽ വള്ളിക്കടുക്ക നുമുള്ള പ്രാകൃത മനുഷ്യൻ. രാമേട്ടൻ!!

ആദ്യമയാളെ കണ്ടതെന്നാണ്?

ഓർമിക്കാൻ ശ്രമിച്ചു.

സ്വാതന്ത്ര്യ ലബ്ധിയുടെ വാർഷികമാഘോഷിക്കാൻ അപ്പേട്ടന്റെ കളത്തിൽ കൂടിയ പാർട്ടിപ്രവർത്തക യോഗത്തിൽ കൊച്ചുനേതാവായ താൻ വിശദീകരണം നടത്തുന്നു. ദേശീയ നേതൃത്വത്തെപ്പറ്റി, പാർട്ടിയുടെ വളർച്ചയെപ്പറ്റി. അനിഷേധ്യതയെപ്പറ്റി എല്ലാം വിശദീക രിക്കുമ്പോൾ ആ മുഖം നിർവികാരമായി എല്ലാം ശ്രദ്ധിക്കുന്നു. പായിൽ പിൻനിരയിലിരുന്ന് ഭാവഭേദമൊന്നും കാണിക്കാതെ....!

തീരുമാനമെടുക്കുമ്പോൾ ഒരാൾ ചോദിച്ചു.

'എന്താ രാമൻ ഒന്നും പറയാത്തത്?

ചോദിച്ചയാളിനെ നിർവികാരമായിത്തന്നെ നോക്കിയിരുന്ന അയാളെ വേറൊരാൾ നിർബന്ധിച്ചു.

''ഹായ്. ഒരഭിപ്രായവും പറയാഞ്ഞാലോ. ആകെക്കൂടിയുള്ള ഒരു തൊഴിലാളിനേതാവാണ്.''

അഭിപ്രായത്തതിന്നു നിർബന്ധിച്ചപ്പോൾ അയാൾ അഭിപ്രായം പറഞ്ഞു: ''നേതാക്കളെങ്ങനാ തീരുമാനിയ്ക്കണേച്ചാൽ അങ്ങനെ....''

താനന്നു പ്രകടിപ്പിച്ച അഭിപ്രായമിന്നും ഓർക്കുന്നു. രാമേട്ടനെ പ്പോലെ കൂറുള്ള ഒരു തൊഴിലാളി നേതാവിനെ നമ്മുടെ പ്രസ്ഥാനത്തി നുലഭിച്ചതിൽ നമുക്കഭിമാനിക്കാം....

ആ മനുഷ്യന് ചുണ്ടിൽ നേർത്ത ചിരി വിടർന്നുവോ എന്നു സംശയം.

പിന്നീടെന്നാണാ മുഖം കണ്ടത്? താൻ ഈ ഗ്രാമത്തിൽ സ്ഥാ നാർത്ഥിയായി നിന്നപ്പോഴല്ലേ. അതെ. താൻ പങ്കെടുത്ത ഒരു കൊച്ചു യോഗത്തിൽ വെച്ച്. ഗ്രാമത്തിന്റെ മുഖമായ കോഴിയങ്ങാടിയിലെ ഒരു പീടികമുറിയിൽ കമ്പിറാന്തൽ കത്തിച്ചുവെച്ച് നടത്തിയ കൊച്ചു യോഗം. കേരളപ്പിറവിക്കുശേഷം നടത്തിയ ആദ്യത്തെ തെരഞ്ഞെടുപ്പ്.

തെരഞ്ഞെടുപ്പിന്റെ പ്രാധാന്യത്തെക്കുറിച്ചും പാർടിയുടെ നയത്തെക്കുറിച്ചുമുള്ള വിശദീകരണങ്ങൾ പിൻനിരയിൽ ചുമരും ചാരിയിരുന്ന് അക്ഷോഭ്യനായി, നിർവികാരനായി അയാൾ കേട്ടു. ഒപ്പമിരിക്കുന്നവർ അഭിപ്രായമാരാഞ്ഞു.

നേതാക്കള് തീരുമാനിയ്ക്കുമ്പോലെ.

തെരഞ്ഞെടുപ്പിൽ താൻ ദയനീയമായി പരാജയപ്പെട്ടപ്പോൾ ആ മനുഷ്യന്റെ ഭാവമനുകരിക്കാൻ ശ്രമിച്ചു. കഴിഞ്ഞില്ല.

രാജ്യത്തുടനീളമുള്ള സജീവ രാഷ്ട്രീയ പ്രവർത്തനത്തിൽ പലവിധ പേരുകൾ കേൾക്കേണ്ടിവന്നു. എങ്ങനെയും ഔന്നത്യത്തിലെത്തുക

യെന്നത് ലക്ഷ്യമായിരുന്നു. പ്രസ്ഥാനം ഒരേണി. പടികൾ ശ്രദ്ധാപൂർവം ചവിട്ടി ഭാഗ്യത്തുലാസിൽ കണ്ണുനട്ടു.

നിലവിലുള്ള ഭരണകക്ഷിക്കെതിരെ ആഹ്വാനം ചെയ്യപ്പെട്ട സമരം. വിമോചനസമരമെന്നതിനെ പ്രചരിപ്പിച്ചു. ധാരാളം പേർ ജയിൽവാസമനുഷ്ഠിക്കണമെന്ന് പാർട്ടി തീരുമാനിച്ചു. ഈ ഗ്രാമത്തിൽ നിന്നൊരാളെ അയക്കാൻ നിയോഗിക്കപ്പെട്ട താൻ അപ്പേട്ടന്റെ കളത്തിൽ യോഗം വിളിപ്പിച്ചു.

പതിവിലും കുറച്ചുപേരാണ് വന്നത്. അപ്പോൾതന്നെ ആശങ്കയുണ്ടായി. തുടർച്ചയായി കലക്ടറേറ്റുകൾ പിക്കറ്റു ചെയ്യേണ്ടതാണ്. ഓരോരുത്തരെ ഓരോ ആഴ്ചയും അയക്കാൻ കഴിയണം.

വന്നവർക്കിടയിൽ പ്രശ്നം അവതരിപ്പിച്ചു. ജയിലറകൾ നിറക്കുകയെന്ന ആശയം ഗ്രഹിച്ചു. പറ്റിയ ഒരാളെ തെരഞ്ഞെടുക്കണം.

അനുയായികൾ നേതാവിനെ നോക്കി. പിന്നീടവർ പരസ്പരം നോക്കി.

എങ്ങും നോക്കാതെ നേതാവിൽ നിർവികാരതയോടെ ദൃഷ്ടിയൂന്നി നിസ്സംഗനായി ആ മനുഷ്യൻ ചുമരും ചാരി ഇരിക്കുന്നു. എല്ലാവരുടെയും കണ്ണുകൾ അയാളിലെത്തി.

'രാമേട്ടൻ---'

'നേതാവെങ്ങന്യാ. തീരുമാനിയ്ക്കണേച്ചാൽ---!''

രാമേട്ടൻ അഭിപ്രായം പറഞ്ഞു. താൻ ആശ്വാസപൂർവം നിശ്വസിച്ചത് ഇപ്പോഴുമോർക്കുന്നു.

നാട്ടിലെ വിമോചനപ്പോരളിയായ രാമേട്ടന് യാത്രയയപ്പ് നൽകിയ യോഗത്തിൽ താൻ പ്രസംഗിച്ചതോർമിക്കുന്നു. ആ കഴുത്തിൽ ത്രിവർണ്ണപതാകയണിയിച്ചത് താനാണ്.....

സമരത്തിന്നുശേഷം അന്നത്തെ മന്ത്രിസഭ പിരിച്ചുവിട്ട സന്ദർഭത്തിൽ സമരഭടന്മാർക്ക് സ്വീകരണങ്ങൾ നൽകാൻ ഏർപ്പാടുചെയ്തിരുന്നു. അയാൾക്കതു ലഭിച്ചോ എന്നന്വേഷിക്കുകയുണ്ടായില്ല.

വീണ്ടും സ്ഥാനാർഥിയായി വന്നത് പൂർണ്ണ ആത്മവിശ്വാസത്തോടെയായിരുന്നു. ത്രിശക്തമുന്നണിയുടെ മുന്നേറ്റത്തിൽ വന്നുപെട്ട മുഖങ്ങളിൽ അയാൾക്ക് നിറം കുറവായിരുന്നു.

നീണ്ട ഇരുപതു വർഷങ്ങൾ കഴിഞ്ഞിരിക്കുന്നു. ആ മനുഷ്യൻ എത്രകണ്ട് മാറിയിട്ടുണ്ടെന്നന്വേഷിക്കണം. വിജയിക്കുകയും പരാജയപ്പെടുകയും പലതവണ ആവർത്തിക്കപ്പെട്ടിട്ടും തളരാതെ നിന്ന തന്നെപ്പോലെ അയാൾക്ക് കഴിയുമോ? താൻതന്നെ എത്രവട്ടം ചാഞ്ചല്യപ്പെട്ടു. കക്ഷിമാറുമെന്നുവരെ ഭീഷണിപ്പെടുത്തി.

രണ്ടാംതവണ മന്ത്രിയായിരിക്കുന്ന സന്ദർഭത്തിലാണാപേരുവന്നതെന്നു തോന്നുന്നു. ഒരു പെൺകുട്ടിയുടെ പേരിനോടൊപ്പം രക്ഷിതാവിന്റെ പേരായി. ട്രാൻസ്പോർട്ട് കോർപ്പറേഷനിൽ നിയമിക്കപ്പെടേണ്ട പേരുകളിലൊന്ന് താനും പ്രാദേശിക സെക്രട്ടറിയും കൂടി നിശ്ചയിക്കണം.

സംശയമുണ്ടായില്ല. ആ പേരുതന്നെ തെരഞ്ഞെടുത്തു.

രാധാദേവി.

പ്രാദേശിക സെക്രട്ടറിയുടെ റിപ്പോർട്ടിൽ ആ പേരില്ലായിരുന്നു. അവരെ വിളിച്ചു.

'ഇത് നമ്മുടെ രാമേട്ടന്റെ മകളല്ലെ. നമ്മുടെ ആ പഴയ ആ--'

'അതെ. പക്ഷേ-'

അയാൾ നിർത്തി. 'നമ്മുടെ ആളുകൾ പിന്നെയും വന്ന്ട്ട്ണ്ട്. പിന്നെ ഫണ്ടുതന്നവരും...'

കാര്യം വ്യക്തമാകുകയായിരുന്നു. ആർക്കോ മുൻകൂട്ടി വാക്കുകൊടുത്തിട്ടാണ് സെക്രട്ടറി ഉരുണ്ടുകളിക്കുന്നത്. ഫണ്ട് വാങ്ങിയിട്ടുമുണ്ടാകും.

രാധാദേവിക്കു വേണ്ടി പരമാവധി വാദിച്ചപ്പോൾ പിളർപ്പിലേക്കു നീങ്ങി. തന്റെ അഭിപ്രായം വിഴുങ്ങി. ഫണ്ട് വിഹിതം തരാൻ ശ്രമിച്ച സെക്രട്ടറിയോട് പറഞ്ഞു.

'വേണ്ടായിരുന്നു....'

പക്ഷേ അയാൾക്കുവേണമായിരുന്നു. തനിക്കും...!

നഗരവീഥികളിൽ പതാകകൾ മാറിമാറിവന്നു. എതിർപ്പുകൾ കൂടിയും കുറഞ്ഞുമിരുന്നു. വീണ്ടും ജനപ്രതിനിധിയായെങ്കിലും മന്ത്രിയായില്ല. എതിരാളികളുടെ നിയമനിർമാണങ്ങളെ പരമാവധി എതിർക്കുമ്പോൾ സ്വന്തം മണ്ഡലം തനിക്കെതിരെ തിരിയുന്നത് ശ്രദ്ധിച്ചുകൊണ്ടിരുന്നു.

വീണ്ടും ജനവിധി തേടേണ്ടിവന്നപ്പോൾ മണ്ഡലം മാറിയത് ഭീരുത്വം കൊണ്ടില്ലെന്ന് നടിച്ചു. കഷ്ടിച്ചു രക്ഷപ്പെട്ടപ്പോൾ വാശിയായി. ഇനി മന്ത്രിയാകുകതന്നെ. നഷ്ടപ്പെട്ട പലതും നേടിയെടുക്കാനുണ്ട്....

കത്തുന്ന പുരയിൽനിന്ന് ഊരുന്ന കഴുക്കോൽ! കിട്ടാവുന്ന സമയത്ത് കരുതിപ്രവർത്തിച്ചു. ഇന്ന്--

ഗ്രാമത്തിൽ ഒരു ഗ്യാസ് പ്ലാന്റിന് ആരംഭം കുറിക്കുന്നു. രാമേട്ടന്റെ സ്വന്തം താല്പര്യമാണെങ്കിലും സർക്കാർ സ്ഥാപനമാണല്ലോ. പൊതുസ്വത്തെന്ന് വരുത്താൻ പ്രാദേശികപ്രവർത്തകർക്ക് നിർദേശം നൽകിയിട്ടാണ് പുറപ്പെട്ടത്.

മനസ്സിലൊരു നൊമ്പരമായി ആ പ്രാകൃതന്റെ നിഴലുണ്ടായിരുന്നു. രാധാദേവിയെന്ന അയാളുടെ മകൾക്ക് എന്തെങ്കിലും ജോലികിട്ടിയോ ആവോ! പ്രസ്ഥാനത്തിന്റെ ആളുകളിൽനിന്ന് അതേ ആളുകൾ കോഴ ചോദിച്ചത് തന്റെ പാർടിക്ക് പുത്തരിയല്ലെങ്കിലും ഒഴിവാക്കാമായിരുന്നു.!!

പൊതുയോഗം കഴിഞ്ഞപ്പോൾ വളരെ വൈകി. പ്രവർത്തകർ യാത്ര പറഞ്ഞു പിരിയാൻ തുടങ്ങി. രാത്രി ടി.ബി.യിൽ തങ്ങി കാലത്ത് യാത്ര തിരിക്കുകയാണ് പരിപാടി.

ബ്ലോക്ക് പ്രസിഡണ്ട് ചുറ്റിപ്പറ്റി നിൽക്കുന്നു. സ്വകാര്യമായി വിളിച്ചു.

ഇവിടെ രാമേട്ടൻ എന്നു വിളിച്ചിരുന്ന ഒരു പഴയ പ്രവർത്തകനുണ്ടല്ലോ അറിയില്ലേ....

പ്രസിഡണ്ട് പുതിയ തലമുറക്കാരനായതിനാൽ മിഴിച്ചു നിന്നു. അയാൾ ഒന്നുരണ്ട് പോരോടന്വേഷിച്ചു തിരിച്ചു വന്നു.

'ആ........ കൊരറണ്ടകാട്ടെ' രാമൻ അല്ലെ.....

അതെ-അയാളുടെ വീട്ടുപേരോർമ്മിച്ചുകൊണ്ടു പറഞ്ഞു. പ്രസിഡണ്ടും സെക്രട്ടറിയും കൂടിയാണ് ചോദിച്ചത്.

'എന്തേ......?'

'ഇപ്പോൾ അയാളില്ലേ....'

'ഉണ്ട്- തീരെ കിടപ്പിലാ. പിന്നെ -

'പിന്നെ! എന്താ നിർത്തിക്കളഞ്ഞത്?'

''അയാളിപ്പോൾ നമ്മുടെയാളല്ല....''

'എന്ത്? ഇത്രയും തഴക്കവും പഴക്കവും ആത്മാർത്ഥതയും...'

'അതെ!' സെക്രട്ടറി ബ്ലോക്ക് പ്രസിഡണ്ട് കേൾക്കാതെ പറഞ്ഞു ''മുഴുവൻ പറയേണ്ട. അവനിതിന്റെ പേരിൽ ഞാനുമായി വഴക്കിട്ടതാ?''

'എന്തെങ്കിലുമാകട്ടെ. കിടപ്പിലായ സ്ഥിതിക്ക് ഒന്നു കണ്ടുവരാം. അന്ന് വിമോചനസമരത്തിൽ തന്റെ മാനം രക്ഷിച്ച ഓർമ്മയുണ്ട്-

'അതുവേണോ' - സെക്രട്ടറി പരുങ്ങി

'വേണം. വരൂ-!! പ്രസിഡണ്ട് വന്നു. മറ്റുരണ്ടുപ്രവർത്തകരും വന്നു. വണ്ടി അങ്ങോട്ടു പോകില്ലെ?

'പോകും? പഞ്ചായത്തുവഴിയാണ്. അല്പം ഇടവഴിയുമുണ്ട്.'

'സാരമില്ല. വേഗം പോയിവരാം.....

വണ്ടിയിൽ കയറുമ്പോൾ സെക്രട്ടറി ഒഴിഞ്ഞുനിന്നു. 'ഞാൻ അങ്ങോട്ടില്ല.'

വഴിക്കു പ്രസിഡണ്ടു പറഞ്ഞു. 'അയാൾ മിണ്ടാൻപോലും വയ്യാതെ കിടപ്പാണ്. കഴിഞ്ഞ തവണത്തെ വോട്ട്- സംശയമാണ്.

'ഉം? എന്തേ?'

'അയാൾടെ മകൾക്ക് ജോലി കൊടുക്കാമെന്നു പറഞ്ഞ് സെക്രട്ടറി ഒരു സ്ഥലത്ത്-'

'ഓഹോ! എന്നിട്ട്?......'

'പറയാൻ പറ്റൂല....!'

'അയാളതുകൊണ്ടാണോ മാറിയത്?

'അതു മാത്രമല്ല. മറ്റവരു ഭരിച്ചപ്പോ പാസായ കർഷകതൊഴിലാളി പെൻഷൻ ആയാൾക്കുകിട്ടി. ഇക്കുറി നമ്മളെ ആളല്ലെന്നു തോന്നിയ തോണ്ട് രണ്ടും-?'

'ഓഹോ? അപ്പോൾ ഞാൻ - അയാളെകാണുന്നത് ശരിയല്ലല്ലോ-' സംശയമായി.

'സാരമില്ല!' പ്രസിഡണ്ട് പറഞ്ഞു. ''അനങ്ങാൻ വയ്യാത്ത അയാൾക്ക് ഒന്നും തോന്നാനില്ല. പറയാനും വയ്യ...!''

ഇടവഴിക്കു മുന്നിൽ കാറുനിന്നു. ഇടവഴിയിലൂടെ അല്പം നടന്നു. മുള്ളുകൊണ്ട് കെട്ടിയുണ്ടാക്കിയ ഇല്ലിപ്പടി തുറന്നു. കരിമ്പനപ്പട്ടകൾ കൊണ്ട് മേഞ്ഞ കൊച്ചു പുര...

പുരയ്ക്കകത്തേക്ക് കയറി. ചാണകത്തിന്റെയും കരിയുടെയും ഗന്ധം വമിക്കുന്ന കോലായ.

ഒന്നു ചുമച്ചു. പ്രസിഡണ്ട് ചോദിച്ചു. 'ഇവിടെ ആരൂല്ലേ...?'

കോലായിൽ കട്ടിലിൽ മൂടിപ്പുതച്ചു കിടക്കുന്ന രൂപം ഒന്നനങ്ങി. അത് ഞരങ്ങി.

'ആ....ആരാ...?'

'വിളക്കു കത്തിക്കൂ...!''

'മോളേ.... അ....ആരാ.....?'

അകത്തുനിന്ന് ചോദ്യം ആവർത്തിക്കപ്പെട്ടു. വാതിൽ തുറക്കപ്പെടുന്നു. എരിയുന്ന ചിമ്മിനിയൊടൊപ്പം ചടച്ചവേഷം യൗവനം വിടപറഞ്ഞ ചെറുപ്പക്കാരി. അപരിചിതരെ കണ്ട് അവൾ ഒന്നു ഞെട്ടി. ചിമ്മിനി ഉമ്മറപ്പടിയിൽ വെച്ച് വാതുക്കൽ മറഞ്ഞുനിന്നു.

'എന്താണാവോ?'

സ്ത്രീയുടെ തരളമായ ശബ്ദം.

'രാമേട്ടനെ കാണാൻ വന്നതാ....'

താൻ ഭവ്യതയോടെ പറയുമ്പോൾ അകത്തു നിന്ന് അരികുകൾ കീറിയ പുല്ലുപായ നീട്ടി അവൾ പറഞ്ഞു.

'ഇരിയ്ക്കൂ....'

തിണ്ണയിലിരുന്നു. മൂടിപ്പുതച്ച രൂപം അനങ്ങുന്നു.

'അഛന് തീരെ വയ്യ....'

വൃദ്ധൻ മുഖത്തുനിന്ന് പുതപ്പുമാറ്റി. ക്ഷീണിച്ച കണ്ണുകൾ തുറന്നു. ഒരു നീണ്ട ചുമ. ചുമ അവസാനിച്ചപ്പോൾ ചോദിച്ചു.

'ആരാ....?

'മനസ്സിലായില്ലേ? ഞാനാ. രാമേട്ടനെ കാണാൻ വന്നതാ... ബാലകൃഷ്ണൻ'

താൻ പറയുമ്പോഴേക്കും പ്രസിഡണ്ട് കൂട്ടിച്ചേർത്തു. 'മന്ത്രി-നാ, രാമേട്ടാ. ഇവിടെ ഒരുൽഘാടനത്തിനു വന്നതാ. രാമേട്ടനെ കാണാൻ വന്നതാ...'

അയാൾ ചിരിച്ചുവോ....! ചിരി ഗൗരവപൂർണമായി. മുക്കിമൂളി അദ്ദേഹമെഴുന്നേൽക്കുന്നു. താങ്ങാൻ ചെന്ന കൈ വിലക്കിക്കൊണ്ടു പറഞ്ഞു.

'വേണ്ട.....!'

ചുമരുചാരി തലകുനിച്ച് ക്ഷീണിച്ച കണ്ണുകളോടെ അവരെ നോക്കി. എന്തൊക്കെയോ പറയാനാഗ്രഹിച്ചു. ശ്വാസത്തിൽ കറകറ ശബ്ദം.

പണ്ട് യോഗങ്ങൾക്ക് പിറകിൽ നിസ്സംഗനായിരുന്ന ആ സന്ദർഭങ്ങൾ മനസ്സിൽ മിന്നിമറയവെ നിർത്തി നിർത്തി ക്ഷീണിച്ച ശബ്ദത്തോടെ അദ്ദേഹം സംസാരിച്ചു. രാമേട്ടൻ.

'ഞാൻ.... മരിച്ചില്ലാട്ട്വോ..... പലരും മരിച്ചൂന്ന് കരുതിയെങ്കിലും....! ഒരു നാല്പത്തഞ്ചുറുപ്യ തന്നിരുന്നതും തട്ടിക്കളഞ്ഞില്ലേ?'

'സോറി, രാമേട്ടാ. ഞങ്ങളതറിഞ്ഞില്ല....!' പ്രസിഡണ്ട് പറഞ്ഞു.

'ശരിയാക്കാം രാമേട്ടാ....'

'ഹും!' ചുണ്ടു കോട്ടി.

'ശരിയാക്കുന്നു! ശരിയാക്കുംന്ന് പത്തുമുപ്പത്താറ് കൊല്ലം ഞാൻ വിശ്വസിച്ചതല്ലെ...' ചുമകൊണ്ട് തടയപ്പെട്ട ശബ്ദം നിന്നു....!

എന്ത് പറയണമെന്നറിയാതെ ചുമരിലും പരിസരത്തും കണ്ണുകൾ പരതി. വാതുക്കൽ തങ്ങളെ ഒളിക്കണ്ണിച്ച് നോക്കുന്ന നീർമിഴികൾ തടയപ്പെട്ട തൊഴിലില്ലായ്മവേതനമോർമ്മിക്കുകയാവാം. വഞ്ചിച്ച തന്റെ സെക്രട്ടറിയെന്ന ചെറുപ്പക്കാരനെയും....

ചുമരിൽ ആണിയിൽ തൂങ്ങി നിൽക്കുന്ന മഹാത്മജിയുടെ ഫോട്ടോ കാരണം കിട്ടിയാൽ താഴെ വീഴുമെന്നായിരിക്കുന്നു.

ചാണകത്തിന്റേയോ, ആയുർവേദമരുന്നിന്റെയോ കഫത്തിന്റേയോ ഗന്ധങ്ങൾ.

വാച്ച് നോക്കി.

സമയം പതിനൊന്നാകുന്നു.

'ഇനിയും വരാം- പതുക്കെ എഴുന്നേറ്റു.' ഞങ്ങൾ ഇറങ്ങട്ടെ-

''ഉം....!''

ഒരു കുരകൂടി വരുന്നതിൽ നിന്നു രക്ഷപ്പെടാൻ രാമേട്ടൻ കട്ടിലിൽ ചുരുണ്ടു. പുതപ്പെടുത്ത് മൂടി.

ഉമ്മറപ്പടിയിൽ ആടിയുലയുന്ന ചിമ്മിനിനാളം എണ്ണ തീരാറായെന്ന് തോന്നുന്നു.

'രാമേട്ടാ....ഇത്... ഞാൻ ഇനിയും വരാം. ബാക്കി കാര്യങ്ങൾ ശരിയാക്കാം....!'

'ഉം? പുതപ്പ് മാറ്റി വിടർന്ന കണ്ണുകളോടെ അയാൾ മൂളി. ആ കൈകൾ നിവർത്ത് രൂപ വെച്ചുകൊടുത്തു. കോലായിൽനിന്ന് ഇറങ്ങാൻ ശ്രമിച്ചു.

നീണ്ട ചുമ. ചുമയ്ക്കുശേഷം ഏങ്ങിവലിച്ച് അയാൾ പറയുന്നു.

'ദേ-----'

'ഉം?' അവൻ തിരിഞ്ഞുനിന്നു.

'ഇത് എടുത്തോളൂ....'

'ആ കൈകൾ രൂപ നീട്ടി.....'

'വേണ്ട രാമേട്ടാ. എന്റെ ഒരു സന്തോഷത്തിന്നാ...'

ശബ്ദം ഉച്ചത്തിലാകുന്നു.

'ങ്ങേ!' എല്ലാവരും ഒന്നിച്ച് ചോദിച്ചപ്പോൾ ആ ശബ്ദം ഒന്നുകൂടി ഉച്ചത്തിലായി.

'എടാ, പൈസ എടുക്കാൻ-'

അലർച്ചയിൽ ചിമ്മിനിനാളം ആടിയുലഞ്ഞു.....!

വിളർത്ത ചിരിയോടെ കൈനീട്ടി രൂപയെടുത്തിറങ്ങുമ്പോൾ വിരാമമില്ലാത്ത ആ ചുമ തുടരുന്നു.

ഇല്ലിപ്പടിവരെ എത്തി തിരിഞ്ഞു നോക്കി.

കുരയ്ക്ക് ശേഷം ഒരു ശബ്ദം കൂട്ടി കേട്ടു.

ഹും!

ഉമ്മറത്തെ ചിമ്മിനിനാളം അണഞ്ഞിരിക്കുന്നു.!

■

കണിമുകുളങ്ങൾ വിടരുന്നത്

കുന്നിൻ ചെരുവിൽ നിന്ന് കറകറാ മുഴങ്ങുന്ന ശബ്ദം കേട്ട് അമ്മൂമ്മ വലതുകൈത്തലം നെറ്റിയിൽ വെച്ച് പടിഞ്ഞാട്ടു നോക്കി. സായാഹ്നവെയിൽ കണ്ണിൽ തറയ്ക്കുന്നതിനാൽ വ്യക്തമായി കാണാനാവുന്നില്ല. ഏതൊക്കെയോ കൂറ്റൻ യന്ത്രങ്ങൾ കുന്നിലെ മണ്ണുമാന്തുന്നു. വീട്ടുപടിയ്ക്കലൂടെയും വടക്കുപുറത്തെ ചെമ്മൺ പാതയിലൂടെയും മണ്ണുനിറച്ച ലോറികൾ പാഞ്ഞു പോകുന്നു.

''അനുക്കുട്ടാ, അഞ്ജുമോളേ...''

അമ്മൂമ്മ പേരമക്കളെ വിളിച്ചു. കൊച്ചു ടി.വിയ്ക്കു മുന്നിൽ കണ്ണു മിഴിച്ചിരിക്കുന്ന അനിലും അഞ്ജുവും അമ്മൂമ്മയുടെ വിളികേട്ടു. അനിൽ പറഞ്ഞു. ''അഞ്ജു, അമ്മൂമ്മയുടെ ശബ്ദാ കേക്കണ് ഒന്നു ചെന്നു നോക്ക്.''

''നീ നോക്കിക്കോ,'' അവൾ മൗഗ്ലിക്കഥയിൽ മുഴുകിയിരിക്കുന്നു. വീണ്ടും ശബ്ദമുയർന്നു. ''അനിക്കുട്ടാ...''

''നിന്നെയാ വിളിയ്ക്കണ്. വേഗം ചെന്നോ, അമ്മൂമ്മ വല്ലേടത്തും തട്ടിത്തടഞ്ഞു നിൽപ്പുണ്ടാവും. വീണാൽ നമ്മുക്കാവും കേസ്.'' അഞ്ജു മൗഗ്ലിയുടെ പോക്കിൽ കണ്ണെടുക്കാതെ പറഞ്ഞു. മൗഗ്ലി കാട്ടിൽ ഒരു വള്ളിക്കുടിലിൽ പെട്ടിരിയ്ക്കയാണ്. ശത്രുവായ സിംഹം അടുത്തെത്തിയിരിക്കുന്നു...

''ഹൗ ഊ ഊ...'' രണ്ടുപേരും ശബ്ദിച്ചു.

''അനിക്കുട്ടാ അഞ്ജുമോളെ''

വീണ്ടും ഉച്ചത്തിലുള്ള വിളി.

''ദാ വര്ണ് അമ്മൂമ്മേ-'' അനിൽ എഴുന്നേറ്റു. ''വാടീ,'' അഞ്ജുവിന്റെ കൈപിടിച്ചുവലിച്ചു. ടി.വി. ഓഫ് ചെയ്തു. 'കുട്ട്യേളെ ഇത് കണ്ടോ കൂറ്റൻ വണ്ടികള് പോണ്. കിളിവാലൻ കുന്ന് ഇടിച്ചു നിരത്തുംന്നാ തോന്നണ്.''

''അമ്മൂമ്മ നെറ്റിയിൽ കൈത്തലം വെച്ചു പറഞ്ഞു.''

''എന്താദ് കഥ!''

''എന്താ ആ പോണത്?'' ഇരമ്പിയോടുന്ന വാഹങ്ങൾ നോക്കി അഞ്ജു അത്ഭുതപ്പെട്ടു. ''അത് ട്രക്കാടീ. മണ്ണുകൊണ്ടവന്ന ടിപ്പർ ലോറികളാ. കുന്നിലെ മണ്ണുകൊണ്ടോവല്ലേ- അമ്മൂമ്മ ഒന്നും കാണാത്തമാതിരി.''

ജെ.സി.ബി. കൾ മണ്ണുമാന്തിയെടുക്കുന്നു. ടിപ്പർലോറികൾ അതുമായി പായുന്നു. അന്തരീക്ഷമാകെ പാറുന്ന പൊടിമണ്ണ്.

''മുറ്റത്ത്ന്ന് കേറിപ്പോരു അമ്മേ-കുട്ട്യോളെ ആ പൊടി ശ്വസിയ്ക്കണ്ടാ....'' അമ്മയുടെ ശബ്ദം. അഞ്ജുവും അനിലും അമ്മൂമ്മയുടെ കൈപിടിച്ചു നടന്നു.

''വല്ലാത്തൊരു കഷ്ടം...! എത്ര മരങ്ങളും പൂമരങ്ങളും നിന്നിരുന്ന കുന്നാ അത്. കുട്ടിക്കാലത്ത് പൂവറുക്കാൻ കിളിവാലൻ കുന്നിലേയ്ക്കു പോയിരുന്നു. അതൊരുകാലം!''

''അമ്മൂമ്മേ അവിടെയൊക്കെ നിരപ്പാക്കല്ലെ? പുതിയ കെട്ടിടങ്ങള് വരും..... ഫ്ളാറ്റുകൾ....!''

''ഉവ്വുവ്വ്! ഈ കുന്നുനിരത്തി മണ്ണുകൊണ്ടോയി പാടത്തും കായലിലുമിടും. അതും നിരപ്പാക്കും. പാലവും വേണ്ട, കായലും വേണ്ട, വെള്ളവും വേണ്ട.'' അമ്മൂമ്മ പറഞ്ഞുകൊണ്ടിരുന്നു. വല്ലാത്തൊരു കാലാണേയ്. പിടിക്കലൂടെ ചീറിപ്പാഞ്ഞ ടിപ്പർ ലോറി നോക്കി പറഞ്ഞു.

''പിറക്ക്ണ് കണ്ടില്ലേ കാലദൂതൻമാര്....!!''

''അമ്മൂമ്മ ങ്ങോട്ടുപോരൂ. സന്ധ്യാവാറായി,'' അഞ്ജു അവരെ ഓർമ്മിപ്പിച്ചു. അവർ ഉമ്മറത്തേയ്ക്കു കയറി. ആ കിളിനാദം കേട്ടുതിരിഞ്ഞുനിന്നു.

വിത്തും കൈക്കോട്ടും

കൊക്കോ കൊക്കൂക്കും.

''ആ.... ആ പക്ഷിപറേണ് കേട്ട്വോ. നല്ലോണം ചെവിയോർക്കിൻ.

കുക്കും കുക്കോക്കൂ...

അഞ്ജു പറഞ്ഞു. മുത്തശ്ശി ചാരുപടിയിലിരുന്നു വിറച്ചുകൊണ്ടു പറഞ്ഞു. ''കുക്കൂക്കൂന്നല്ല.''

''വിത്തും കൈക്കോട്ടും...'' ഒന്നു പറഞ്ഞു നോക്കിൻ.

അവർ ഒരുമിച്ചു പറഞ്ഞു അമ്മൂമ്മയ്ക്കു സന്തോഷമായി. ''അതാണു വിഷുപ്പക്ഷി. വസന്തക്കിളീന്നും പറയും. മൂപ്പര് ഇവിടെയെത്തീട്ട് കുറെ ദിവസായിട്ട്ണ്ടാവും. നമ്മളെങ്ങനാ കേക്കണ്. മണ്ണുതൊരപ്പൻമാരുടെ അലർച്ചയല്ലേ ഇപ്പ എത്ര സുഖംണ്ട്.''

''അവര്ണ്ടോ അമ്മേ വിത്ത് കണ്ടിട്ട്. കൈക്കോട്ടു കണ്ടിട്ട്. എന്നിട്ടല്ലേ

പക്ഷി പറേണത് മനസ്സിലാവ്വാ!!''

വീണ്ടും വസന്തക്കിളിയുടെ നാദം. വിത്തും കൈക്കോട്ടും.... അമ്മൂമ്മ പറഞ്ഞു. കൈക്കോട്ടും... അമ്മൂമ്മ പറഞ്ഞു. അവരൊന്നു പറഞ്ഞും കേട്ടും പഠിക്കട്ടെ. പറ മക്കളെ. ''വിത്തും കൈക്കോട്ടും. കുത്തും കോക്കോട്ടും.'' കുട്ടികൾ ഏറ്റുചൊല്ലി, അച്ഛൻ കൊമ്പത്ത് അമ്മ വരമ്പത്ത്, കള്ളൻ ചക്കട്ടു, കണ്ടാമിണ്ടണ്ടാ. കൊണ്ടോയ് തിന്നോട്ടെ....

എന്തിനാ അമ്മേ കുട്ട്യോളെ കണ്ണിക്കണ്ടത് പഠിപ്പിക്കണ്. യജ്ഞം പുറപ്പെട്ടൂന്നു പറഞ്ഞേക്കൂ. അമ്മ പറയാറുള്ളതല്ലെ.

''അതെന്താ അമ്മൂമ്മ, യജ്ഞം?''

''യജ്ഞംന്ന് പറഞ്ഞാ യാഗം. പ്രവർത്തീന്നും അർത്ഥമുണ്ട്. പുതിയ കൊല്ലം പിറക്കാണ് മേടം ഒന്നിന്ന്. അദ്ധ്വാനിക്കാൻ മനുഷ്യരെ ഉപദേശിക്കുകയാണ് വിഷുപ്പക്ഷി. കേരളീയരുടെ അദ്ധ്വാനം പ്രധാനന മായി എന്താന്നറിയോ?''

അനിലും അഞ്ജുവും അന്യോന്യം നോക്കി. ആ !

''കൃഷിയാണ് മോനെ. പണ്ട് നമ്മടെ തറവാട്ടില് കന്നും കൃഷീമൊക്കെ ഉണ്ടായിരുന്നു. പത്തിരുപതു കന്നുകാലികളും പശുക്ക ളുമുണ്ടായിരുന്നു.'' അമ്മൂമ്മ പഴങ്കഥ പറയാൻ തുടങ്ങിയാൽ നേരം വെളിച്ചാവും.

വിഷുപ്പക്ഷിയുടെ ശബ്ദം അകലേനിന്നു കേൾക്കായി. അവർ ചെവിയോർത്തു. അകലെ നിന്നു നേർത്ത ശബ്ദം.

''പക്ഷി പറന്നു പോയീലോ അമ്മൂമ്മേ, നമുക്കതിനെ കാണാൻ പറ്റില്ല്യേ?''

''കാണാൻ പ്രയാസമാണ്. ചാരനിറത്തിൽ ഒരു ചെറിയ പക്ഷിയല്ലേ ഒരു ദേശത്തുനിന്ന് മറ്റൊരിടത്തേയ്ക്ക് പറന്നുപോകും. കൊല്ലത്തി ലൊന്നോ രണ്ടോ മാസം നമ്മുടെ നാട്ടിലും വരുംന്ന് മാത്രം.''

''അച്ഛന്റെ പോലെ.'' അഞ്ജുമോൾ പെട്ടെന്ന് പറഞ്ഞു. അമ്മൂമ്മ യും അനിലും ചിരിച്ചു. അമ്മ ദേഷ്യപ്പെട്ടുകൊണ്ടു പുറത്തുവന്നു. ''എന്താടീ പറേണ്.''

''ഇനി വസന്തക്കിളി വരില്ലേ!!'' അനു ഭവ്യതയോടെ ചോദിച്ചു. അമ്മയാണ് മറുപടി പറഞ്ഞത്. ''ഏതു പക്ഷിക്കും ഇരിക്കാൻ സ്ഥലം വേണ്ടെ കുട്ട്യോളെ. വീട്ടിലും പുറത്തും നല്ലനല്ല മരങ്ങളും ചെടിക ളുമൊക്കെയുണ്ടെങ്കിലല്ലേ അവ പറന്നുവന്നിരിക്കൂ.''

''എത്രമരങ്ങളായിരുന്നു ഈ തൊടീല്. പടിഞ്ഞാറെ മൂലയ്ക്ക് ഒരു കൊന്നയുണ്ടായിരുന്നു. മതിലുകെട്ടുമ്പൊ അതും വെട്ടി.''

പറേമ്പോലെ ഇക്കൊല്ലം വിഷുക്കണിവെയ്ക്കാൻ എവിടന്നും കൊന്നപ്പൂവു കിട്ടലുണ്ടാവില്ല. കിളിവാലൻ കുന്നിലെ കൊന്നമരങ്ങ ളൊക്കെ അവര് പൊഴക്കിക്കൊണ്ടോയി. മണ്ണെടുപ്പുകാര്. അമ്മൂമ്മ ഓർമ്മിപ്പിച്ചു. അമ്മൂമ്മ അത്രയും ആലോചിച്ചിരുന്നില്ല.

കച്ചവടക്കാരു കുട്ട്യോള് കൊണ്ടുവരാ്വായിരിയ്ക്കും. അമ്മ സമാധാ നിപ്പിച്ചു.

''നമുക്ക് പപ്പനെ ഏൽപ്പിക്കാം.'' എല്ലാം അയാളല്ലെ കൊണ്ടു വരാറ്. കൊന്നപ്പൂവും കൊണ്ടുവരാൻ ഏൽപ്പിക്കാലോ. അനിൽ പറഞ്ഞു.

''ഓൻ അതിനു വേറെ കാശുമേടിയ്ക്കും.'' അമ്മയുടെ അഭിപ്രായം.

അമ്മൂമ്മയ്ക്കു സങ്കടമായി. ''കൃഷ്ണകൃഷ്ണാ! എന്തായീ കേക്കണേ. കൊന്നപ്പൂവിനും തുളസിപ്പൂവിനു മൊക്കെ കാശോ!''

''കുട്ടൻ രണ്ടു ദിവസംകൂടി കഴിഞ്ഞാ വരൂലോ. അഞ്ജു മോളേ അച്ഛനോടു വിളിച്ചു പറയ്. വരുമ്പോ ഇത്തിരി കൊന്നപ്പൂവും കൊണ്ടുവ രാൻ. ഇപ്പൊളിവിടുത്തേക്കാൾ എല്ലാം കിട്ടുന്നത് ദുബായിലല്ലേ. കഴിഞ്ഞ കൊല്ലംകൂടി കിളിവാലൻ കുന്നിലെ വയസ്സൻ കൊന്ന നിറയെ സ്വർണ്ണം മൂടിനിന്നിരുന്നു. കഷ്ടം! കൊണ്ടുപോയില്ലേ കാലദൂതൻമാര്.''

''അമ്മൂമ്മേ അച്ഛൻ കൊണ്ടുവന്നാതന്നെ അതൊക്കെ പ്ലാസ്റ്റിക്ക് പൂവാവും. അമ്മൂമ്മ വലിച്ചെറിയും.'' കുട്ടികൾ ഒന്നിച്ചു പറഞ്ഞു.

''ഇക്കുറി പൂത്തിരീം മത്താപ്പും മുളിപ്പൂവും ഒക്കെ വേണം. എല്ലാം നിലച്ചക്രോം ഞാനാ കത്തിയ്ക്ക്യാ.'' അഞ്ജുമോൾ തന്റെ അവകാശം ഉന്നയിച്ചു.

അമ്മയും അമ്മൂമ്മയും അതുകേട്ടു വന്നു. അമ്മൂമ്മ ഇടപെട്ടു. ''അതെയതെ. പൂത്തിരീം കമ്പിത്തിരീം കളീം ചിരിയുമൊക്കെ മതി. എന്താ വിഷു എന്നറിയോ നിങ്ങൾക്ക് ആരെങ്കിലും അമ്മൂമ്മയോടു ചോദിച്ചോ? അതും കൊച്ചു ടി.വിക്കാരു പറഞ്ഞു തരുന്നാ നിരീക്കണേ.''

കുട്ടികളുടെ മുഖം മ്ലാനമാകുന്നത് അമ്മൂമ്മ കണ്ടു. അവർ അൽ പം ഗൗരവത്തോടെ പറഞ്ഞു.

''ശാരദേ. നിനക്ക് ഞാൻ പറഞ്ഞുതന്നിരുന്നപോലെ നീ നെന്റെ മക്കൾക്കു പറഞ്ഞു കൊടുത്തോ? ഉവ്വോ ബീനേ, നിന്റെമ്മ നിനക്കു പറഞ്ഞു തന്നാലല്ലേ നിനക്കീ കുഞ്ഞുമക്കൾക്ക് പറഞ്ഞുകൊടുക്കാൻ പറ്റൂ. അതിനെങ്ങനാ! നിങ്ങൾക്കൊന്നും സമയല്യാലോ. വല്യ മിസ്ട്രസ്സുമാരല്ലേ! കുട്ടികൾക്കു വേണ്ടതു പറഞ്ഞുകൊടുത്തിട്ടുവേണം ശാസിക്കാൻ.''

ശാരദടീച്ചറും ബീനാമിസ്സും മുഖാമുഖം നോക്കി. അവർക്ക് മറുത്തു പറയാനായില്ല. അവർ അമ്മൂമ്മയ്ക്കടുത്തിരുന്നു. അവർക്കു ചിരിവന്നു. ''ആ അങ്ങന്യാ നല്ല കുട്ട്യോള്. ഈ വിഷുത്തലേന്നെങ്കിലും നല്ല കു ട്ടികളാവിൻ''. ബീന പറഞ്ഞു. ''വിഷുവത്ത് മീൻസ്.''

ഈ അമ്മയ്ക്കപ്പവരും ഇംഗ്ലീഷ്. ടി.വിയിലെ ആചോച്ച്യേപ്പോലെ! അഞ്ജു പറഞ്ഞു.

''മിണ്ടാതിരിക്ക് അമ്മൂമ്മ പറഞ്ഞു. വിഷുവത്ത് പുണ്യകാലം. രാത്രി യും പകലും ഒരേ അളവിൽ വരുന്ന ദിവസം. മേടമാസം ഒന്നാം തിയ്യതി രാത്രിയും പകലും സമമായിരിക്കും. ഒന്നാം തിയ്യതി നമ്മൾ കാണുന്ന കണി ഒരു വർഷം മുഴുവൻ നമ്മൾക്ക് ഐശ്വര്യം തരുന്നു. സംക്രാന്തി ദിവസം കാലപരുഷൻ ഭൂമിയിലേക്ക് എഴുന്നള്ളുന്നു. കാറ്റും വെളി ച്ചവും വെള്ളവും ഭക്ഷണവും നമുക്കു തരുന്ന പ്രകൃതിദേവൻ.''

''എന്തൊക്ക്യാ കണിവെയ്ക്കാൻ വേണ്ടതെന്ന് മക്കൾക്കറിയോ.'' ശാരദടീച്ചർ ചോദിച്ചു.

വെള്ള ഓട്ടുരുളി, പഴം, നാളികേരം. ബീന ഓർത്തു.

''കണിവെള്ളരിക്ക- അനിൽ ഉറക്കെപറഞ്ഞു. പിന്നെ കൊന്നപ്പൂവ്. തളികയ്ക്കു നടുവിൽ കണി വെള്ളരിയ്ക്കക്കെടുത്ത് ഒരു വിശിഷ്ട ഗ്രന്ഥം ഭഗവാന്റെ വിഗ്രഹത്തിനുമുന്നിലതുവേണം.''

ശാരദ ടീച്ചർക്കതറിയാം. രാമായണമോ ഭഗവത്ഗീതയോ?

''രണ്ടുമാവാം.'' അമ്മൂമ്മ പറഞ്ഞു. ''എല്ലാമായി. ഒരു പിടി കൊന്നപ്പൂവ്. ആരാകൊണ്ടര്വാ!''

''അമ്മ ചക്കവറുക്കണ്ടേ, ബീന തനിക്കറിയാവുന്ന കാര്യമെടുത്തിട്ടു. അമ്മയ്ക്കും പറയാനുണ്ട്. വിഷുക്കഞ്ഞിയ്ക്ക് ചക്കച്ചുളയും കുരുവും കൊണ്ടുള്ള മെഴുക്കുപുരട്ടിയാ.''

പുറത്ത് ഒരു വാഹനം വന്നു നിന്നു അവർ പൊടുന്നനെ എഴുന്നേറ്റും.

''ദേ, കുട്ടേട്ടടൻ, അച്ഛൻ,'' ബീനയും കുഞ്ഞുങ്ങളും ഒന്നിച്ചു പറഞ്ഞു. മൂന്നു നാലുപെട്ടികളുമായി അയാൾ സിറ്റൗട്ടിലേയ്ക്കു കയറി. പപ്പൻ സഹായിച്ചു.

''അമ്മൂമ്മേ വിഷുവൊക്കെ ആയില്ലേ-'' കുട്ടൻ അമ്മൂമ്മയുടെ തോളത്തുതട്ടി.

''ന്റെ കുട്ട്യേ'' വൃദ്ധ പേരമകനെ കെട്ടിപ്പിടിച്ചു. നെന്റെ കുട്ട്യോള് പറഞ്ഞേള്ളൂ. വിഷുപ്പക്ഷിയുടെ വരവിന്റെ കാര്യം. അല്ലാ നിന്റെ കാര്യം.

''ഒ എല്ലാവരും നിന്നെ ഒരു ദേശാടനക്കിളിയാക്ക്യാ. അന്യനാട്ടില് കഷ്ടപ്പെടുന്നോർക്കല്ലേ അതറിയൂ അല്ലേ!''

''അച്ഛാ ഇക്കുറി അടിപൊളി കണിവെയ്ക്കണം. അമ്മൂമ്മ ഞങ്ങക്കൊക്കെ പറഞ്ഞുതന്നു. അച്ഛൻ കൂടികൂട്യാ പൊടിപാറും.''

അടിയോ? അയാൾ ചോദിച്ചു. ''ഓ ഒരു തമാശ!''

പപ്പന് വിഷുക്കൈനേട്ടം തരണേ അവന്റെ ചോദ്യം അമ്മൂമ്മയ്ക്കു രസിച്ചില്ല. ''പപ്പാ കൈനേട്ടം ചോദിച്ചു വാങ്ങരുത്. മനസ്സറിഞ്ഞു തരുന്നതാ. നേട്ടമാവ്വാ.''

''ആയ്ക്കോട്ടെ.'' പപ്പൻ തലയ്ക്കു പിന്നിൽ ചൊറിഞ്ഞു.

കുട്ടികളുമൊത്ത് അവർ പുറത്തിറങ്ങി. ചൂടുസഹിക്കാതെ വിയർത്തു. ''ഗൾഫിലെ ചൂടും നമ്മുടെ നാട്ടിലെത്തി. എന്നാണാവോ മരുഭൂമിയാവ്വ്യാ.'' അയാൾ പിറുപിറുത്തു. ''ഓ'' എല്ലാവരും ഇതുതന്നെ പറയുന്നു. ഇവിടെ ആകെമോശമായീന്ന്. എന്നിട്ടതൊക്കെ ചെയ്യുകതന്നെ മരംമുറീം മണ്ണുമാന്തലും റിപ്പോർട്ടു കെട്ടലും ഒക്കെ. എന്നിട്ടൊ നൊസ്റ്റാൾജിയയും. കേട്ടുമടുത്തു. ബീനടീച്ചർ മനസ്സു തുറന്നു. അനിലും അഞ്ജുവും അത്ഭുതപ്പെട്ടു. അമ്മയുടെ കാര്യങ്ങൾ തുറന്നു പറയുന്നു.

''അപ്പോൾ എനിക്കു തോന്നുന്ന നൊസ്റ്റാൾജിയ കൃത്രിമമാണെന്നാണോ മിസ്സിന്റെ അഭിപ്രായം!''

''ഞാനങ്ങനൊന്നും പറഞ്ഞില്ലേ. എല്ലാവർക്കും അവരവരുടേതായ

ഗൃഹാതുരത്വമുണ്ടാവും. ഓരോ തലമുറ കഴിയുമ്പോഴും അതുകൂടുന്നു. നോക്കൂ നമ്മടെ അമ്മൂമ്മയ്ക്ക് എത്രമാത്രം പ്രയാസണ്ടാവും.''

''അമ്മൂമ്മ എപ്പോഴും പറയും പഴയ കാലത്തേപ്പറ്റി. അച്ഛാ പഴയ കാലാണേ നല്ലത്.!'' അഞ്ജുവിന്റെ സംശയത്തിന് അമ്മ തന്നെ മറുപടി കൊടുത്തു. എല്ലാ കാലത്തിനും അതിന്റേതായ ഗുണങ്ങളും ദോഷങ്ങളുമുണ്ടുമോളേ.

''നമ്മളു പൊരുത്തപ്പെടാൻ ശ്രമിക്കും. അതുതന്നെ-ദേ നമ്മളേപ്പോലെ.'' അയാൾ പത്നിയുടെ കൈപ്പിടിച്ചു ഞെരിച്ചു.

'ദേ -പുതിയ വെള്ളരി, മത്തൻ, പടവലം, ചക്ക മാവ്... മാർക്കറ്റിലെ കട്ടവടക്കാരുടെ ബഹളമുയർന്നു. അമ്മൂമ്മ കൊടുത്ത സാധനങ്ങളുടെ ലിസ്റ്റെടുത്ത് ബീന ഭർത്താവിന് കൊടുത്തു.

''ദേ... പടക്കക്കട. അഞ്ജു കൈചൂണ്ടി. കുട്ടികൾ അങ്ങോട്ടു നീങ്ങി.''

ഭാരങ്ങളുമായി സന്ധ്യയോടെ വീട്ടിലെത്തി.

''കുട്ടാ കൊന്നപ്പൂവു കൊണ്ടന്നില്ല്യേ? പപ്പൻ ചെക്കനു കിട്ടീല്യാത്രെ. ചില തമിഴൻ കുട്ടികള് കൊണ്ടു നടക്കണ്ണ്ട്. പകുതി കൊഴിഞ്ഞ കൊള്ളീം കോയ്യിലുമാണ്.

''അതൊക്കെ മതിയമ്മേ''

കുട്ടന്റെ വാക്കുകൾ അമ്മൂമ്മയ്ക്ക് പിടിച്ചില്ല. ''ആ ങ്ഹാ! പാതി വിടർന്ന പൂങ്കുലവേണം. താഴെ അലുക്കുപോലെ മൊട്ടുകൾ തുങ്ങിക്കിടക്കണം. നമ്മള് കണികാണുമ്പോഴാണ് ആ മൊട്ടുകൾ കണ്ണുമിഴിയ്ക്കുക.''

''ഇനിപ്പൊ എന്താ ചിയ്യാ. ഉള്ളതോണ്ട് ഓണംപോലെ.'' അനിൽ പറഞ്ഞു.

''വിഷുപോലെ!'' അഞ്ജു കൂട്ടിച്ചേർത്തു.

''എല്ലാം ഒരുക്കിൻ. കിടക്കുംമുമ്പ് എല്ലാ പണിയും തീരണം.'' അമ്മയും അമ്മൂമ്മയും കൂടി കണിയൊരുക്കി. വെള്ളോട്ടുരുളിയിൽ വെള്ളരിക്കയും ഭഗവത്ഗീതയും വെച്ചു. ഉണക്കലരിയും പഴവും ശർക്കരയും അവിലും മലരും നിരത്തി. ഗ്രന്ഥത്തിനും വെള്ളരിയ്ക്കും മീതെ സ്വർണ്ണച്ചെയിൻ, ഉരുളിക്കു പിന്നിൽ ഓടക്കുഴലുമായി മന്ദസ്മിതം തൂകി നിൽക്കുന്ന ശ്രീകൃഷ്ണവിഗ്രഹം. അമ്മൂമ്മ കൈകൂപ്പി.

'' മക്കളെ ആ പീലിത്തിരുമുടിയിൽ രണ്ടു പൂങ്കുലകളണിയാൻ കിട്ടീല അല്ലേ. ഭഗവാനെ, കൃഷ്ണാ.''

അവർ കൈകൂപ്പി കണ്ണടച്ചു.

അവർ കണിയൊരുക്കി, ''മതി, എല്ലാവരും കിടക്കിൻ. രാവിലെ നാലരയ്ക്ക് ഉണരണം. ''അമ്മൂമ്മ പറഞ്ഞു. അമ്മേ അവർ വിളിച്ചു.''

പുറത്ത് ഓലപ്പടക്കങ്ങളുടെ മുഴക്കം. ഇളങ്കാറ്റിൽ മനയോലമണമൊഴുകി. പുറത്തു നിന്ന് ഒരു കുട്ടിയുടെ വിളി.

''അമ്മാ അമ്മോ.....''

''ആരാണത്!''കുട്ടനും കുട്ടികളും പുറത്തുവന്നു. ''ആരാ ഈ രാത്രി

അമ്മേ തിരക്കണ്,'' ബീന ചോദിച്ചു. അനിൽ പറഞ്ഞു. ''ദേ ഒരു കുട്ടി!!''

നാലോ അഞ്ചോ വയസ്സു തോന്നിക്കുന്ന ഒരാൺകുട്ടി ചിരിച്ചു നിൽക്കുന്നു. കറുമ്പൻകുട്ടിയുടെ കൈനിറയെ കൊന്നപ്പൂങ്കുലകൾ. പാ തിവിടർന്ന പൂക്കൾ.

അമ്മൂമ്മ വേഗത്തിൽ പുറത്തു വന്നു. അവരുടെ കൈകളിൽ കുട്ടി പൂങ്കുലകൾ സമർപ്പിച്ചു. ''നന്നായി മോനേ,'' അമ്മൂമ്മ ചിരിച്ചു. കുട്ടിയും കിളുകിളാ ചിരിച്ചു.

''മോൻ നിൽക്ക്. കുട്ടി ഏതാ..!'' അച്ഛൻ ഒരു നോട്ടെടുത്ത് കുട്ടിയ്ക്കുനേരെ നീട്ടി. അവൻ കൈയുയർത്തി ചിരിച്ചുകൊണ്ടു പിൻവാങ്ങി.

നേരത്തെ ഉണർന്ന അമ്മൂമ്മ കുട്ടികളെ വിളിച്ചു. കണിയൊരുക്കിയ തളത്തിൽ വിടരുന്ന കൊന്നപ്പൂക്കളുടെ കൂമ്പാരം.

ഗ്രാമാന്തരീക്ഷമാകെ പടക്കകെധ്വനികൾ മുഴങ്ങി. പിടഞ്ഞെഴുന്നേറ്റ കുട്ടൻ പുറത്തുവന്ന് കാലും മുഖവും കഴുകി. കണികണ്ട് കൈകൂപ്പി. പുറത്തെ നേർത്ത മഞ്ഞിലൂടെ അൽപം നടക്കവേ പഠിച്ചുമറന്ന ഒരു കവിതാ ശകലം അയാളുടെ ചുണ്ടുകൾ ഉരുവിടുന്നത് അമ്മമാരും കുഞ്ഞുങ്ങളും കേട്ടത് കൗതുകത്തോടെയാണ്.

''ഏതുധൂസര സങ്കൽപത്തിൽ വളർന്നാലും
ഏതുയന്ത്ര യുഗത്തിൽ പിറന്നാലും
മനസ്സിൽ തെളിയട്ടെ ഗ്രാമത്തിൻ വിശുദ്ധിയും,
സ്നേഹവും വാത്സല്യവും
ഇത്തിരികൊന്നുപ്പൂവും.!!''

■

പരദേശി

ആലസ്യത്താൽ മുഖം കൈത്തലംകൊണ്ടു താങ്ങി അയാൾ കുനിഞ്ഞിരുന്നു.

ഓടുന്ന വണ്ടി. ഇടയ്ക്കിടെ താളാത്മകമായ കുലുക്കം. കാറ്റിൽ നേർത്ത തണുപ്പ്.

ഉറക്കം വരുന്നു.

പെട്ടെന്നയാൾ ഞെട്ടിയുണർന്നത് തീക്ഷ്ണമായ ശബ്ദം കേട്ടുകൊണ്ടാണ്.

പർദേശി. പർദേശി–

ഹാർമോണിയത്തിന്റെ ശബ്ദത്തോടൊപ്പം തുളച്ചുകയറുന്ന പെൺകുട്ടിയുടെ രൂക്ഷനാദം.

സീറ്റിലിരിക്കുന്നവർ അത്ഭുതത്തോടെയാണവളെ വീക്ഷിക്കുന്നത്.

ഈ ശബ്ദം ഈ കുട്ടിയിൽനിന്നു തന്നെയോ? വണ്ടിയിലിരിക്കുന്ന എല്ലാവർക്കും അതേ ഭാവം. സീറ്റിൽ ചാരി അന്ധയായ ബാലിക പാടുമ്പോൾ ഒരു കൈകൊണ്ട് ഹാർമോണിയത്തിന്റെ തലപിടിച്ച് മറുകൈനീട്ടി വള്ളിട്രൗസറിട്ട ബാലൻ ഏറ്റു ചൊല്ലുന്നു.

പർദേശി പർദേശി ജാനാനഹീ....

ഈണമുള്ള ശബ്ദം, ഹാർമോണിയത്തിന്റെ ആകർഷകമായ ശ്രുതി. വണ്ടിയുടെ കുലുക്കവും താളവും പാട്ടിന്നു പന്നണിയായി.

എല്ലാവരും ഇടംകണ്ണിട്ടു നോക്കി. കൊച്ചുബാലന്റെ കൈ അടുത്തുവന്നപ്പോൾ ചിലർ മുഖം തിരിച്ചു. ഒന്നാം ക്ലാസ് യാത്രക്കാരന്റെ ഗമ കൈമോശം വരാതെ സൂക്ഷിച്ചു.

അദ്ദേഹം സഹയാത്രികരിൽ ചിലരെ ശ്രദ്ധിച്ചു. ഒരാൾ പോക്കറ്റുതപ്പി ഒരു ചില്ലറനാണ്യമെടുത്തു. അടുത്തിരിക്കുന്ന കൊച്ചുപെൺകുട്ടി പറഞ്ഞു.

സാമ്പി-ഞാൻ കൊടുക്കാം.

അവൾ നാണ്യം വാങ്ങി കൊച്ചുപയ്യന്റെ കൈയിൽ വെച്ചുകൊടുത്തു. ആ കൈകൾ സീറ്റിന്റെ എല്ലാഭാഗത്തും നീങ്ങുന്നു.

അദ്ദേഹം സ്വന്തം പോക്കറ്റിൽ പരതി. ഒരു പ്രോഗ്രാം നോട്ടീസിനൊപ്പം അടുക്കിവെച്ച നോട്ടുകളിൽ അഞ്ഞൂറും നൂറും മാത്രം. അതെടുത്ത് വീണ്ടും പോക്കറ്റിൽവെച്ചു. ഹാർമോണിയവും പാട്ടും നീങ്ങിയപ്പോൾ അദ്ദേഹം സ്വസ്ഥമായി ഒന്നു നീങ്ങിയിരുന്നു.

മുഝേ ഛോഡ് ദേ....

മുഝേ ഛോഡ് ദേ....

പാട്ടിന്റെ വരികൾ നീണ്ടു.

അദ്ദേഹം അല്പനേരം കണ്ണടച്ചിരുന്നു. വണ്ടി ഒരു സ്റ്റേഷനിൽ നിന്നപ്പോൾ പലരുമിറങ്ങിപ്പോകുന്നു. തന്നോടൊപ്പം യാത്രചെയ്ത പലരും ഇപ്പോൾ കംപാർട്ടുമെന്റിലില്ല. പുതിയ ചിലർ കയറുന്നു.

അവർക്കെല്ലാം താൻ അപരിചിതൻ. ധ്യാനത്തിലെന്നപോലെ അയാളിരുന്നു.

ചായകാപ്പി മസാലവടേയ്....

സ്റ്റേഷനിൽ വില്പനക്കാരുടെ വിളികൾ. അദ്ദേഹമെഴുന്നേറ്റു. വാതുക്കലേയ്ക്കു നടന്നു.

''ദേ, സാറ്...''

ഒരു ചെറുപ്പക്കാരൻ കൈചൂണ്ടി. മൂന്നാലുപേർ ഒന്നിച്ച് ഓടി വന്നനു.

''നമസ്കാരം സാർ. ഞങ്ങൾ സാർ വണ്ടികിട്ടാതെ വിഷമിച്ചുവോ എന്നു കരുതി.''

''ഹും! ഒരു ഫ്രീഡം ഫൈറ്റർക്ക് വണ്ടി നിഷേധിക്കുകയോ.'' അല്പം നർമ്മഭാവത്തിൽ അദ്ദേഹം പറഞ്ഞത് ചിലർക്ക് പുതുമ.

''ഓ. സാറ് ഫ്രീഡം ഫൈറ്റർകൂടിയാണല്ലോ!''

സ്വാതന്ത്ര്യസമരഭടൻ ചെറുപ്പക്കാർ അന്യോന്യം നോക്കി. സ്വാതന്ത്ര്യലബ്ധിക്കുശേഷം കാൽനൂറ്റാണ്ടുകഴിഞ്ഞു ജനിച്ചവർ.

ഉദ്ഘാടകനോടൊപ്പം കാറിൽ രണ്ടുപേരും മറ്റുള്ളവർ ഓട്ടോറിക്ഷയിലും കയറി.

സ്വതന്ത്രതയുടെ അമ്പതാംവർഷം ആഘോഷിക്കപ്പെടുന്ന ഗ്രാമം. വിദ്യാർത്ഥികൾക്ക് വിവിധ മത്സരങ്ങൾ. വലിയവർക്ക് സിംപോസിയം, കലാപരിപാടികൾ.

ഉദ്ഘാടകനെ സദസ്സിനു പരിചയപ്പെടുത്തിയ സ്വാഗത പ്രസംഗകൻ വാചാലനായി. പ്രശസ്ത ചിന്തകൻ, കേന്ദ്രപുരസ്കാരങ്ങൾ നേടിയ ഗ്രന്ഥകാരൻ, സാംസ്കാരികനായകൻ, സർവോപരി സ്വാതന്ത്ര്യസമരഭടൻ, ത്യാഗത്തിന്റേയും പരമകാരുണികതയുടേയും മൂർത്തിമദ്ഭാവം.

അത്ഭുതാദരങ്ങളോടെ നിശ്ശബ്ദമായ സദസ്സ്.

എന്റെ ത്യാഗപൂർണമായ ഭൂതകാലമായിരുന്നു ഉദ്ഘാടകപ്ര സംഗത്തിലെ പരാമർശങ്ങൾ, സ്വാതന്ത്ര്യത്തിന്റെ മധുരഫലമ നുഭവിക്കുന്ന പുതിയ തലമുറയെ അദ്ദേഹം അസൂയയോടെയാണു കാണുന്നത്.

രാഷ്ട്രപിതാവിന്റെ ആത്മാവ് ഇതുപോലുള്ള ഗ്രാമാന്തരങ്ങളിൽ കുടികൊള്ളുന്നുവെന്ന ചിന്തയാണ് തിരക്കുപിടിച്ച കൃത്യങ്ങൾക്കിട യിൽ ഇവിടെയെത്താൻ തിനിക്കുണ്ടായ ഉൾവിളിയെന്ന ഉദ്ഘാടകന്റെ പരാമർശം ഹൃദയത്തിലേറ്റുവാങ്ങിയ ഗ്രാമീണർ. അലംകൃതമായ സ്റ്റേജിനു പിന്നിലെ കർട്ടനുമുകളിൽ ഫ്രെയിമിട്ടു തൂക്കിയ മഹാത്മജിയുടെ ഛായാപടം കാറ്റിലിളകുന്നു. കൈയിൽ വളഞ്ഞ വടി യൂന്നി ദരിദ്രനാരായണന്മാർക്കിടയിലേയ്ക്കിറങ്ങുന്ന ഒരു രംഗം.

ഉദ്ഘാടനം ചെയ്ത പ്രഖ്യാപനത്തിനുശേഷം അദ്ദേഹം ഛായാപ ടത്തിനുനേരെ കൈകൂപ്പി.

ആശംസാപ്രസംഗകരുടെ നിര. അനന്തരപരിപാടികൾക്കായി കാത്തിരിക്കുന്ന സദസ്യർ. കലാപരിപാടികൾ കാണാനെത്തിയ കു ഞ്ഞുങ്ങളും കുടുംബാംഗങ്ങളും അവരുടെ സംവേദനക്ഷമതയ്ക്കുമേൽ അലഞ്ഞറയുന്ന വാക്ധോരണികൾ.

ജൂബിലിയാഘോഷത്തോടനുബന്ധിച്ചുനടന്ന വിവിധ മത്സരങ്ങളിൽ വിജയികളായവർക്കുള്ള സമ്മാനങ്ങൾ നമ്മുടെ വിശിഷ്ടാതിഥി ന ൽകുന്നതാണ്.

അധ്യക്ഷനായ ജില്ലാഭരണാധികാരിയുടെ പ്രഖ്യാപനം കുട്ടികൾ കൈയടിച്ചു സ്വീകരിച്ചു.

കായികമത്സരങ്ങൾ, ഉപന്യാസം എന്നിവയ്ക്കുശേഷം ചിത്രരചന യുടെ ഒന്നാം സ്ഥാനം.

ജലച്ചായത്തിൽ വരച്ച ചിത്രം സംഘാടകർ അധ്യക്ഷന്നു നൽകി. ഒന്നാംസ്ഥാനത്തിന്നർഹമായ ചിത്രം. ചിത്രംവരച്ച നന്ദിനിക്കുട്ടി സ്റ്റേജിലെത്തി.

വിശിഷ്ടാതിഥിയുടെ കൈയിൽ അധ്യക്ഷൻ ചിത്രമേല്പിച്ചു. രചയിതാവിന്റെ പേരുവിളിച്ചു.

ചിത്രം അദ്ദേഹത്തിന്റെ കൈയിലിരുന്നു വിറയ്ക്കുന്നു. ചിത്രം കണ്ട മുഖം ഒന്നു ഞെട്ടുന്നതുപോലെ സദസ്സിന്നനുഭവപ്പെട്ടു.

തോളിൽ ഹാർമോണിയം തൂക്കി ഇടതുകൈയാൽ ശ്രുതിമീട്ടി മേൽപോട്ടു നോക്കി പാട്ടുപാടുന്ന പെൺകുട്ടി. ഹാർമോണിയത്തിന്റെ ഒരു മൂലയിൽപ്പിടിച്ചു വലതുകൈ നീട്ടി ചേച്ചിയോടൊപ്പം പാടിനീങ്ങുന്ന വള്ളിട്രൗസറുകാരൻ.

എനിക്കേറെ സുപരിചിതമായ എനിക്കേറ്റവും ഇഷ്ടപ്പെട്ട ഈ ജീവ നുള്ള ആലേഖനം ഞാൻ ബഹുജനസമക്ഷം അവതരിപ്പിക്കുന്നു.

അദ്ദേഹം ചിത്രം ജനങ്ങൾക്കുയർത്തിക്കാണിച്ചു. ജനങ്ങൾ ഹർഷാ രവമുയർത്തവേ അദ്ദേഹം വിഷമിച്ചു.

ചിത്രത്തിനു ഭാരം കൂടുന്നു. തന്റെ കൈകൾക്കു താങ്ങാവുന്നതി

ലേറെ ഭാരം. ആ കൈകൾ വിറച്ചു. അദ്ദേഹം മുക്കിമൂളി ചിത്രമുയർത്താൻ ശ്രമിച്ചു.

കഴുത്തിനുപുറകിലേറ്റ ഒരു പ്രഹരം അദ്ദേഹത്തെ ഞെട്ടിച്ചു. ഒരാക്രോശത്തോടെ മുന്നോട്ടു വീഴാനാഞ്ഞ അദ്ദേഹത്തെ സംഘാടകർ താങ്ങിപ്പിടിച്ചു. താൻ സദസ്സിനുനേരെ പിടിച്ച ചിത്രം തനിക്കഭിമുഖമായി തിരിഞ്ഞു നിൽക്കുന്നു.

ചുറ്റും നോക്കവെ പിൻകർട്ടനുമേൽ തൂങ്ങിയാടുന്ന മഹാത്മജിയുടെ ചിത്രം. അദ്ദേഹത്തിന്റെ കൈയിൽ വടി ഉണ്ടായിരുന്നില്ല.

■

സൗഗന്ധികം

അപരാഹ്നത്തിൽ വിടരുന്ന സുഗന്ധിപ്പൂക്കളും വിടരാൻ തുടങ്ങുന്ന നാലുമണിപ്പൂക്കളും നോക്കി കൂന്നു നടക്കുന്ന അച്ഛാച്ചനെ അനുമോൾ കൗതുകത്തോടെ നോക്കിനിന്നു. ചാഞ്ഞ വെയിൽനാളങ്ങൾ മുഖത്തുതട്ടുന്നതു മറയ്ക്കാൻ അച്ഛാച്ചൻ കണ്ണിന്നുനേരെ കൈ പരത്തിപ്പിടിക്കുന്നു.

'ഒരു പൂ പൊട്ടിക്കട്ടെ അച്ഛാച്ചാ?' അവൾ ചോദിച്ചു. ''എന്തോ ശബ്ദം കേട്ടിട്ടെന്നവണ്ണം അദ്ദേഹം നാലുപാടും നോക്കി. ആരുമില്ലെന്നുതോന്നി വീണ്ടും ഒരു പതിറ്റടിച്ചെടിയുടെ കീഴെ കുരുത്ത പുല്ലുപറിച്ചെടുത്തു. പതുക്കെ നിവരാൻ ശ്രമിച്ചു. കൂന് നിവരുന്നില്ല.''

'അ ആയ്യ്' നടനിവരുന്ന ക്രമത്തിൽ അദ്ദേഹം പതുക്കെ ശബ്ദിച്ചു. അനുമോൾ പതുങ്ങിപ്പതുങ്ങി അച്ഛാച്ചന്റെ അടുത്തുചെന്നു. അദ്ദേഹമറിയുന്നില്ല. അവൾ ശബ്ദിച്ചു.

ഠോ!

'ഹായ് കുറുമ്പിക്കാളീ' അച്ഛാച്ചൻ അവളെ കെട്ടിപ്പിടിച്ചു. അനുമോൾ തുള്ളിച്ചാടി. 'ഹായ്!'

'അച്ഛാച്ചൻ പേടിച്ചേ, അച്ഛാച്ചൻ പേടിച്ചേ,'

''ഹും, പിന്നെ! നെന്റെ അച്ഛനെങ്ങാനും പേടിച്ചേയ്ക്കും, നിന്റെ ഈ ശൂ എന്ന ശബ്ദം കേട്ടാല്.''

അച്ഛാച്ചൻ പറഞ്ഞപ്പോൾ മോൾക്കു മനസ്സിലായി, താൻ ഠോ ശബ്ദമുണ്ടാക്കിയത് അച്ചാച്ചന് ശൂ എന്നേ കേട്ടിട്ടുള്ളൂ. അവൾ ഒന്നുകൂടി ഉറക്കെ ശബ്ദമുണ്ടാക്കി. ശൂ-ഠേ......

''ഹായ് എന്താ വെടീടെ ഒരൊച്ച.''

അദ്ദേഹം ഒരുചെറുചിരിയോടെ പറഞ്ഞു. അവളെ ഇടതുകൈ കൊണ്ട് ഒതുക്കിപ്പിടിച്ചു. നടുനിവർന്നു നിൽക്കാൻ പാടുപെട്ടു ശ്രമിക്കുന്നതിനിടയിൽ പറഞ്ഞു.

''കുറുമ്പിക്കാളീ''....

''അച്ഛാച്ചൻ കുറുമ്പൻ കാളൻ....!'' അനുമോളുടെ മറുവാക്ക് അദ്ദേഹത്തിനിഷ്ടപ്പെട്ടു. അവളെ കൂടുതലടുപ്പിച്ചുകൊണ്ടു വിളിച്ചു.

''കുറുമ്പിക്കാളിക്കുട്ടി...''

അവൾ അച്ഛാച്ചന്റെ തലപിടിച്ചു കുലുക്കി വിളിച്ചു. ''കുറുമ്പൻ കാളക്കൂട്ടാ.''

''ഹ് ഹ്...' പല്ലുപോയ വായ്തുറന്ന അച്ഛാച്ചന്റെ ചിരി അവൾ അനുകരിച്ചു. ''ഹിഹിഹി....''പിന്നീടവളുടെ ചോദ്യമായി. ''അച്ഛാച്ചനിവിടെ എന്താ കാട്ടണേ.

''നീയെന്താ കാട്ടണേച്ചാ അതന്നെ.''

''ഞാൻ ഈ പയറ്റിടിപ്പൂവു നോക്കേർന്നു.''

''അതെ. ഞാനും പൂവും ചെടികളും നോക്ക്വായിരുന്നു.'' അച്ഛാച്ചന്റെ മറുപടിക്കവൾ പ്രതികരിച്ചു.

''അപ്പൊ ഞാനും അച്ഛാച്ചനും ഒരു പോലെല്ലേ....''

''അതേതെ.'' അച്ഛാച്ചൻ അവളെ പൊക്കിയെടുത്തു.

'ഹൗ പെണ്ണിന്റെ ഒരു കനം ഉച്ചാമ്പൊ കൂവ്വയുംപുഴുക്കും കൂട്ടി അടിച്ചുകേറ്റീട്ടുണ്ടാവും. തിന്നാവൂ.'

''ഈ അച്ഛാച്ച എനിക്കെന്തൊക്കെ പേരാ വിളിക്കണേ. കുറുമ്പിക്കാളി, തിന്നാവൂ.''

''കഴിഞ്ഞില്യാ.'' അച്ഛാച്ചൻ കൂട്ടിച്ചേർത്തു.

'മന്തിപ്പാറു.''

''ഈ അച്ഛാച്ചടെ ഒരു കാര്യം! ഇനി എന്നെ മന്തീന്നും പാറൂന്നും വേറെ വേറെ വിളിക്ക്വോ?

ഉമ്മറത്ത് അച്ഛാച്ചന്റെ കസേരയിലിരുന്ന് അവളെ മടിയിലിരുത്തി അച്ഛാച്ചൻ പറഞ്ഞു. ''നീയെന്റെ കറുമ്പിക്കുട്ട്യല്ലേടീ. പാർവ്വതി പാറുക്കുട്ടി.

അച്ഛാച്ചന്റെ മടിയിലിരുന്ന് അവൾ പുറത്തേയ്ക്കു നോക്കി. സ്ത്രീകൾ കൈകളിൽ ഇളനീരും തേങ്ങാമുറികളും പാളേങ്കോടൻ പഴവുമായി നീങ്ങുന്നു. ശിവക്ഷേത്രത്തിൽ പോവുന്നവരും പോയിവരുന്നവരുമുണ്ട്.

'' അച്ഛാച്ചേ നമ്മക്കും കക്കാട്ടിലമ്പലത്തീ പോവ്വാ?''

''അമ്മയൊക്കെ രാവിലെ പോയില്ലേ മോളെ. നമ്മക്കുരണ്ടാൾക്കും കൂടി നാളെ പോവ്വാംട്ടൊ.''

''നേരത്തെപ്പോണെങ്കി നേരത്തെ കുളിയ്ക്കണ്ടെ?''

''നേരെത്തെ കുളിയ്ക്കണങ്കി നേരത്തെ എണീയ്ക്കണ്ടെ.''

''അച്ഛാച്ചൻ നേരത്തെ എണീട്ടോളൂ. എന്നിട്ടെന്നെ വിളിച്ചോളൂ. അച്ഛാച്ചൻ മാത്രം കുളിച്ചാമതി. ഇനിയ്ക്ക് തണുക്കും.''

''അതുശരി. അച്ഛാച്ചനു പിന്നെ തണുപ്പൊന്നും ഉണ്ടാവില്ലാല്ലേ. എന്താ കുറുമ്പിക്കാളീടൊരു സൂത്രം! നമുക്ക് കുളിക്കാതേയും തിരുവാതി രനോൽക്കാം. എന്താ!''

''എന്താ തിരുവാതിര നോമ്പന്ന്ച്ചാൽ?'' അനുമോൾ അങ്ങിനെ ചോദിക്കുമെന്നനദ്ദേഹം പ്രതീക്ഷിച്ചതാണ്.

''നിന്റെ അമ്മയോടു ചോദിച്ചുകൂടെ?'' അതിനെങ്ങന്യാ ഓളക്ക് നിശ്ശംണ്ടായിട്ടുവേണ്ടേ. അച്ഛാച്ചൻ സ്വയം പറഞ്ഞു. ആതിരയോട് നോ മ്പിനേക്കുറിച്ച് കഴിഞ്ഞതവണ പറഞ്ഞതാണെങ്കിലും അതു മറന്നു പോയതാവും.

അച്ഛാച്ചന്റെ മടിയിൽ കയറിയിരുന്ന് അവൾ പാട്ടിന്റെ വരികൾ ഓർത്തു. ധനുമാസത്തിൽ തിരുവാതിര.... പിന്നെ, പിന്നെ....''

''പിന്നെ? അച്ഛാച്ചൻ ചിരിച്ചു. അനു നിർബ്ബന്ധിച്ചു. ഉം. പറയൂ അച്ഛാച്ചേ- പിന്നെന്താ.''

''നിയ്ക്ക് നിശ്ശല്യേ.'' അവൾ അച്ഛാച്ചന്റെ താടിയ്ക്കു പിടിച്ചു.

''ഹൈ. പെണ്ണിന്റൊരു- ഭഗവാന്റെ- ഇനി ബാക്കി പറയ്.''

''ആ....പെറന്നാളാണ്.''

''പെരുന്നാളല്ലെടീ... തിരുനാള്.''

''ശ്രീപാർവ്വതിയ്ക്കുനോമ്പാണ്.''

'' അപ്പൊ ശ്രീപാർവ്വതീടെ കൂടെ കുളിയ്ക്ക്വാന്നാവും അമ്മേടെയൊക്കെ വിചാരം ല്ലേ..''

''ആയിരിക്കും. സ്ത്രീകൾ തിരുവാതിര നോൽക്കുന്ന പതിവുണ്ട്.'' നിന്റമ്മേടെ കാലമായപ്പൊ അതൊക്കെ ഏതാണ്ട് ഇല്ലാതായി. ഇനി നീ യൊക്കെ വലുതാവുമ്പഴക്ക് കൊളോം വെള്ളോം ഇല്ലാണ്ടാവുംന്നാ തോന്നണ്. അല്ലാ, അപ്പോഴേയ്ക്ക് ഞാനുണ്ടാവില്ലോ.''

മോൾ അച്ഛാച്ചന്റെ കണ്ണുകളിലേയ്ക്കു നോക്കി. അദ്ദേഹം എങ്ങോ ദൃഷ്ടിയയച്ച് നിശ്ശബ്ദനായിരിക്കുന്നു.

''അച്ഛച്ചാനെന്താ ആലോചിക്കണേ. ഇനി കൊറേക്കാലം കൂടി അച്ഛാച്ചണ്ടാവും. അച്ഛാച്ചനല്ലാതെ അനുമോൾക്കാരാ പാട്ടുപറഞ്ഞുത രാൻ, കവിത ചെല്ലിത്തരാൻ.

''മോളെ, അച്ഛാച്ചനെവിടെപ്പോയാലും മോളെ കാണുന്നുണ്ടാവും ട്ടോ!''

അച്ഛാച്ചൻ കിഴക്കോട്ടു നോക്കി. അവിടെ നേർത്ത വെളിച്ചം നിലാവു വരുന്നപോലെ. അനുമോൾ ചോദിച്ചു.

''എന്താ അച്ഛാച്ചാ രാവെളിച്ചം വരാറായ്യോ?''

''ആയില്യലോ കുറച്ചു കൂടികഴിയണം. ഞാൻ അതുനോക്കീന്നാ കരുത്യേ.... ഓരോ ദിവസവും എത്ര നാഴിക ഇരുട്ട് എത്ര നാഴിക വെളി ച്ചം എന്നൊക്കെ നിനക്കു പറഞ്ഞുതന്നതല്ലെ മന്തിപ്പാറോ!''

അവൾ ഓർക്കാൻ ശ്രമിച്ചു തിരുവാതിരയ്ക്ക് പൂർണ്ണചന്ദ്രനാണെന്നാ ണ് അച്ഛാച്ചൻ പറഞ്ഞത്. പുനരുജ്ജീവനത്തിന് താംബൂലം മുറുക്കുന്നത്. സ്ത്രീകൾ പാതിരയ്ക്കു മുല്ലപ്പൂചൂടുന്നത്. ദാമ്പത്യത്തിന്റെ നിത്യത

യ്ക്ക്. മുത്തശ്ശിയുടെ അഭാവത്തിൽ ഒരു വെറ്റിലനൂറു തേച്ചു തന്നാലുമെന്ന കവിത ചൊല്ലി അച്ഛാച്ചൻ വികാരാധീനനായത്.

ആതിരനിലാവിൽ വെറ്റില മുറുക്കുന്നത് പുനരുജ്ജീവനമാണെന്ന വാക്യം ഓത്തുകൊണ്ടവൾ കവിതയുരുവിട്ടു.

'എന്താടാ അച്ഛാച്ചനെ കാണാനുള്ള തുടുക്കാണോ, തിരുവാതിര കുളിക്കുന്നതിനേക്കുറിച്ചുള്ള ചിന്തയാണോ? ഇത്രനേരം ഉണ്ടായത്?അല്ലേ-ഹേയ്.''

അനുമോൾ ഞെട്ടി. ഒന്നിളകി നേരെയിരുന്നു. മുടി ഒതുക്കിക്കെട്ടി. ഇത്രനേരവും താൻ അച്ഛാച്ചന്റെ അനുക്കുട്ടിയുടെ ഓർമ്മയിലായിരുന്നെന്ന് ജയേട്ടൻ മനസ്സിലാക്കിയിരിക്കുന്നു. ആ സാമീപ്യത്തിന്റെ സുഖവും വേദനയും ജയേട്ടനറിയില്ലല്ലോ.

വിട് അനൂ, നിന്റെ നെസ്റ്റാൽജിയ. ഇതൊക്കെ എല്ലാവർക്കുമുള്ളതല്ലെ. കാലത്തിന്റെ ഒഴുക്കിൽ നാമാഗ്രഹിച്ചാലും ചിലതൊക്കെ വിട്ടും മറന്നും പോവേണ്ടിവരും.''

ജയൻ തന്റെ പതിവുപദേശം ആവർത്തിച്ചു. അമ്മയുടെ ഫോൺ കിട്ടിയിട്ട് നാലുദിവസം കഴിഞ്ഞാണ് ടിക്കറ്റുകിട്ടിയത്, അപ്പോഴും അച്ഛാച്ചന്റെ രോഗസ്ഥിതിയെക്കുറിച്ച് അമ്മ അറിയിച്ചുകൊണ്ടിരുന്നു. അനു അങ്ങോട്ടും വിളിച്ചു. ഐ.സിയുവിൽ നിന്നുമാറ്റിയിട്ടില്ല.

നീനമോൾ അറിയാതെ അനുമോൾ കണ്ണുതുടച്ചു. അമ്മയുടെ ദുഃഖത്തെപ്പറ്റി അവൾക്കറിയില്ല. അച്ഛാച്ചൻ എന്ന പദം പോലും അവൾക്കറിയില്ല.

മൊബൈൽഫോൺ വീണ്ടും ബെല്ലടിച്ചു. അമ്മയാണ്. ജയൻ ചോദിച്ചു. 'ഭേദമാണെന്നല്ലേ..?'

'ഒരു മാറ്റവുമില്ലെന്ന്. അമ്മയ്ക്കും കരച്ചിൽ വരുന്നുണ്ടായിരുന്നു....'

അയാളുടെ മുഖത്ത് ഭാവഭേദമില്ലായിരുന്നു.

ഫ്ളാറ്റുപൂട്ടിയിട്ട് എത്രദിവസം നാഴികകൾക്കകലെ കഴിയുമെന്ന ചിന്ത അനുമോൾക്കു മനസ്സിലായി. പുറപ്പെടുമ്പോൾത്തന്നെ പറഞ്ഞിരുന്നു.

'കാര്യമൊക്കെ ശരി, ഒരാഴ്ചയിലധികം ബേങ്കിൽനിന്നു വിട്ടുനിൽക്കാനാവില്ല. നിന്റെ തിരുവാതിരയായാലും വേണ്ടില്ല അച്ഛാച്ചന്റെ ശുശ്രൂഷയായാലും വേണ്ടില്ല. ഓൺലി വൺവീക്ക്.''

മറുത്തു പറഞ്ഞില്ല, ചെറുപ്പത്തിൽതന്നെ മുംബൈ പൗരനായി വളർന്ന ജയകുമാർ മേനോന് മലയാളം ശരിയായി പഠിപ്പിച്ചത് അനുവായിരുന്നു. ഇന്ന് മലയാളത്തെക്കുറിച്ചു മതിപ്പുണ്ടാവാൻ തന്റെ 'അച്ഛാച്ചൻ കഥ'കളും കവിതകളും കാരണമായിട്ടുണ്ട്.

നാട്ടിലെ തുമ്പയേയും തെച്ചിപ്പൂക്കളേയും കുറിച്ച് ഗൃഹാതുരത്വത്തോടെ സംസാരിക്കുക, കണ്ണാന്തളിയേയും ചെമ്പരത്തിയേയും മുക്കുറ്റിപ്പൂക്കളേയും കുറിച്ചു വേവലാതികൊള്ളുക, എന്നിട്ട് ഫ്ളാറ്റിന്റെ മുന്നിൽ പ്ലാസ്റ്റിക് ചട്ടിയിൽ ഓർക്കിഡ് ചെടികളെ നനക്കുക, രാസവളം വിതറുക- താൻ ചെയ്യുന്നത് നിവൃത്തിയില്ലാത്തതാണെങ്കിലും ജയേട്ടന്റെ

പരിഹാസം വേദനിപ്പിക്കുമായിരുന്നു.

''നിൻെറയീ നെസ്റ്റാൾജിയ വെറും ആർട്ടിഫിഷ്യലാണ്.''

'ആണോ?' അനു സ്വയം ചോദിക്കാറുണ്ട്. അച്ഛാച്ചനോട് അത്രയും ആത്മാർത്ഥത കാണിക്കാമെങ്കിൽ മുംബെയ്ക്കും വരണമായിരുന്നുവോ? തൊണ്ണൂറു കഴിഞ്ഞ ആ മനസ്സിലിന്നും കൊച്ചുമോളായി ഓർമ്മിക്കപ്പെടുന്നതിൽ അത്ഭുതം തോന്നാറുണ്ട്.

നാടെന്ന തോന്നൽ തന്നെ പടിപ്പുരയിൽ രണ്ടുകൈയും എളിയിൽ പിടിച്ചു പാടത്തിന്നക്കരെ റോഡിലേയ്ക്കു നോക്കിനിൽക്കുന്ന അച്ഛാച്ചന്റെ രൂപമാണ്. വെയിലുള്ളപ്പോൾ കൈപരത്തി നെറ്റിയ്ക്കുമേൽ വെച്ചിരിയ്ക്കും.

പിടിപ്പുരയ്ക്കുമേൽ പടർന്നു കിടക്കുന്ന സുഗന്ധിച്ചെടികളിൽ നിറയെ മൊട്ടുകളായിരിക്കും. രാത്രിയോടെ വിടരുന്ന സുഗന്ധിച്ചെടികൾ ഒരു ദിവസം തൊടി കിളക്കുന്ന കുഞ്ഞാലൻ വെട്ടിക്കളഞ്ഞു. അച്ഛൻ മൗനസമ്മതം നൽകിയിരിയ്ക്കണം. തെങ്ങിൻ ചുവട്ടിലിടാൻ രണ്ടു കെട്ടു തോലുണ്ടായിരുന്നു. അച്ഛാച്ചൻ അവരോടു ദേഷ്യപ്പെട്ടു.

'എടാ ആ വള്ളിയെന്തിനാടാ വെട്ടീത്? പടിപ്പുരയ്ക്ക് ഒരലങ്കാരമല്ലേ അത്. വൈകുന്നേരം എന്തുവാസനയാണതിന്നെന്നറിയോ! ചന്ദനത്തിരിയൊന്നും കൊളിത്തിവെയ്ക്കേണ്ട.'

'അതു പൂല്ലാനിച്ചെട്യല്ലേ വല്യമ്മളേ?'

കുഞ്ഞാലനു സംശയം തീർന്നിരുന്നില്ല. അച്ഛാച്ചൻ പരിഹസിച്ചു. 'കാട്ടുകോഴിക്കെന്തു ചങ്കരാന്ത്യാല്ലേ. എടാ അതു സുഗന്ധിച്ചെടിയാ. അതിലുണ്ടാവുന്ന പൂവ്വാണ് സൗഗന്ധികം. കല്യാണ സൗഗന്ധികം ന്ന് കോട്ട്ട്ണ്ടോ? ഈ പൂവിന്റെ വാസനകേട്ടിട്ടാ പാഞ്ചാലി ഭ്രമിച്ചത്. കല്യാണസൗഗന്ധികം പറിച്ചു കൊണ്ടുവരാൻ ഭീമനോടു പറഞ്ഞത്.'

'അല്ലാ നിന്നോടു പറഞ്ഞിട്ടെന്താ ല്ലേ. ന്നാ പണി ചെയ്യിയക്കേണോന റ്യോ. അതും ഒരു പൊതിരൻ...'

അച്ഛൻ തലകുനിച്ചു സ്വന്തം അച്ഛനാണല്ലൊ. മറുത്തൊന്നും പറഞ്ഞുകൂടാ.

അനുമോൾ ഓർത്തു. സുഗന്ധിപ്പൂക്കൾ നിറഞ്ഞുനിൽക്കുന്ന സന്ധ്യ. നിലാവിൽ അതിന്റെ മണം. അച്ഛാച്ചന്റെ ഈണമുള്ള കവിത– 'ഒരു വെറ്റില നൂറുതേച്ച് നീ തന്നാലുമീ.'

'ടും കട' മെന്ന ശബ്ദത്തോടെ വണ്ടിനിന്നു, ജയകുമാർ പറഞ്ഞു. 'ഹൗ ഇനിയെങ്കിലും ഒന്നു കേറ് അനോ. തീർന്നില്ലേ നിന്റെ സ്വപ്നം.?'

പിടഞ്ഞെഴുന്നേറ്റു. നീനമോൾ എപ്പോഴേ റെഡിയായിരുന്നു. ജയൻ തന്നെ അവളെ എടുത്തു. പെട്ടിയും ബേഗുകളും തൂക്കിയെടുത്തു.

'നമുക്കു നേരെ ഹോസ്പിറ്റലിൽ പോയാലോ!' അവൾ ചോദിച്ചു.

പ്ലാറ്റ് ഫോമിൽ നിന്നിരുന്ന ചെറിയമ്മാവൻപറഞ്ഞു.

'ക്ഷമിക്കു മോളെ വീട്ടിൽപോയി കുളിച്ചു ഫ്രഷായി പോവാം, അങ്ങിനെ ഓടിച്ചെന്നാലുമൊന്നും കാണാൻ പറ്റൂല. ഐ.സി.യുവിലാ.

അവിടെ ചെല്ലാൻതന്നെ സമയം നോക്കീട്ടുവേണം.'

' ഇനി കണ്ടിട്ടെന്താ!' ഒരാത്മഗതം പോലെ ചെറിയമ്മാൻ ജയനോടു പറയുന്നത് അനുമോൾ കേട്ടു. അവളവരെ രൂക്ഷമായിനോക്കി, ശഠിച്ചുകൊണ്ടുപറഞ്ഞു.

'ഇപ്പോൾത്തന്നെപോണം, നിങ്ങൾ എന്നെ ആശുപത്രിയിലാക്കി പൊയ്ക്കോളിൻ-'

ചെറിയമ്മാൻ അവളുടെ തോളത്തുതട്ടിക്കൊണ്ടു പറഞ്ഞു. 'സുന്ദരിക്കുട്ടീ - നമുക്കുടനെ പോവാം. അഞ്ചുമുതൽ ആറുവരെ വിസിറ്റിംങ്ങ് ടൈമാണ്.'

വീട്ടിൽ എത്തിയ ഉടനെ അമ്മമ്മ പറഞ്ഞു. 'ന്റെ കുട്ട്യേ. നെണക്ക് കുരുത്തംണ്ട്. നെന്നെകാണണം കാണണംന്ന വിചാരേണ്ടായിരുന്നുള്ളൂ അച്ഛന്. കണ്ണൊന്നുമിഴിഞ്ഞുകിട്ട്യാ നിന്നെ കണ്ടാ രക്ഷപ്പെട്ടു.

അവർ പുറപ്പെട്ടു. നീനമോളെ അമ്മയുടെ അടുത്താക്കി. ജയേട്ടനോടു പറഞ്ഞു.

'നീനമോളെകൊണ്ടോണില്ല. ഞാൻ നൈറ്റിലവിടെ നിൽക്കാ....'

ചെറിയമ്മാവനോടൊപ്പം അവൾ ആശുപത്രിയിലെത്തി. വിസിറ്റിങ്ങ് സമയമാണെങ്കിലും വലിയ നിബന്ധന. പുറത്ത് ജനങ്ങളുടെ തിരക്ക് വരുന്ന രോഗികളും അവരുടെ ബന്ധുക്കളും നെട്ടോട്ടമോടുന്നു.

വാർഡുകളിൽനിന്നു വാർഡുകളിലേയ്ക്ക് ലിഫ്ടിൽനിന്നും നടന്നുപോകാൻ നീണ്ടവഴികൾ കടന്ന് മെൻ മെഡിക്കൽ ആറിലെ ഐസിയുവിന്നു മുന്നിലെത്തി.

വാതുക്കൽ നിന്നിരുന്ന വൃദ്ധ പറഞ്ഞു.

'ന്റെ കുട്ട്യേ. ഒന്നു ബോധംവന്നതാ. എന്താ പറഞ്ഞു. വീണ്ടും ശ്വാസം മേലോട്ടു കയറി.

പഴയ വേലക്കാരിയായിരുന്ന പാറുവമ്മയുടെ ഗദ്ഗദം.

ഒരു നെഴ്സ് പുറത്തേയ്ക്കു വന്നു.

'ആരാ അനുമോള്!'

'സിസ്റ്റർ ഞാനാ...'

'ഓ. ഒരു മിനിറ്റ് വരൂ. ശബ്ദമുണ്ടാക്കരുത്.'

മാഡത്തെയാണെന്നു തോന്നുന്നു. ഒന്നുരണ്ടു തവണ വിളിച്ചു.'

അവർ അകത്തുകടന്നു വരിവരിയായി ഏതാനും പേരുണ്ട്. മുഖത്തെ ഓക്സിജൻ മാസ്ക് ഇളകുംമട്ടിൽ വലി. 'കാർ' ശബ്ദം കീഴോട്ടുവരാൻ വിഷമിയ്ക്കുന്നു.

അവൾ കുനിഞ്ഞുനിന്നു വിളിച്ചു.

'അച്ഛാച്ചേ.... ഇതു ഞാനാ അച്ചാച്ചടെ കുറുമ്പിക്കാളി.....'

നേഴ്സ് അവളുടെ തോളത്ത് കൈവച്ചു.

'വെയ്റ്റ്. വ്യത്യാസമുണ്ട്.' അവൾ ശബ്ദമടക്കിക്കൊണ്ടു പറഞ്ഞു. രണ്ടുപേരും ഉറ്റുനോക്കി. അനുമോൾ വിളിച്ചു.

'അച്ഛാച്ച...'

ശ്വാസംവലി ശബ്ദം സാധാരണമാകുന്നു. കണ്ണുകൾ തുറക്കുന്നു.

''കുട്ടി... കുറവുണ്ട്... കുട്ടി വന്നതു നന്നായി. നമുക്ക് വാർഡിലെ റൂമിലേയ്ക്കുമാറ്റാം. പുറത്തു നിന്നുള്ള കാറ്റും കിട്ടും.''

നേഴ്സ് ഡ്യൂട്ടി റൂമിലേയ്ക്കുപോയി. സ്ട്രെച്ചറുമായി രണ്ടുപേർ വന്നു. അച്ഛാച്ചനെ റൂമിലേയ്ക്കെടുത്തു.

മാമനും ചെറിയമ്മയും വന്നു. പാറുവമ്മ എല്ലാവരേയും അത്ഭുത ത്തോടെ നോക്കി. വൃദ്ധൻ കൈകാലുകളനക്കുന്നു.

'അനു' അച്ഛാച്ചന്റെ ചുണ്ടുകളനങ്ങി. ഒറ്റപ്പല്ലുമില്ലാത്ത ചുവന്ന വായ വിടർന്നു.

അച്ഛാച്ചാ ഞാൻ വന്നതേ, നാളെ നമുക്ക് തിരുവാതിരപ്പുഴുക്കും കുവളപായസോം ഉണ്ടാക്കാനാ...

അച്ഛാച്ചന് ചിരിവന്നു. അതുചുമയായി മാറുന്നു.

''അധികം സംസാരിപ്പിക്കല്ലേ'' നേഴ്സ് ഓർമ്മപ്പെടുത്തി റൂമിലേ യ്ക്കു പോയി.

അച്ഛാച്ചൻ ചുറ്റുപാടും നോക്കി. കൈയുയർത്തി ജനലിലേയ്ക്കു ചൂണ്ടി. അനുമോൾ ജനൽകർട്ടൻ നീക്കി. . നിലാവുദിയ്ക്കുന്നു.

അച്ഛാച്ചൻ എഴുന്നേറ്റിരുന്നു.

'ഇവിടെ ഇരിയ്ക്കടീ. കുറുമ്പിക്കാളക്കൂട്ടീ.'

വൃദ്ധൻ അവളെ പിടിച്ച് അരികത്തിരുത്തി.

എനിയ്ക്കു, ശ്വാസം മുറിയെ്വാള്ളൂ. നീ ചൊല്ല്. ആ നിലാവുനോക്കി പാട്. നെനക്ക് ഓർമ്മണ്ടോ, നോക്കട്ടെ. 'ഒരു വെത്തില.' അച്ഛാച്ചൻ തുടങ്ങി. അനുമോൾ തുടർന്നു.

ഒരു വെറ്റില നൂറുതേച്ചുനീ തന്നാലുമീ
തിരുവാതിരരാവു താംബൂലപ്രിയയല്ലോ.

മൊബൈൽഫോൺ ശബ്ദിച്ചു. വീട്ടിൽ നിന്ന് വലിയമ്മയും ജയേ ട്ടനും ഒരുമിച്ചു ചോദിയ്ക്കുന്നു.

'മോളേ അച്ഛാച്ചനെങ്ങനെ കുറവുണ്ടോ?'

അനുമോളും അച്ഛാച്ചനും ഒരുമിച്ച് മൊബൈൽ ഫോണിലൂടെ കവിതയുടെ അടുത്ത വരികൾ തുടരുന്നു.

'മഞ്ഞിനാൽ ചൂളീടിലും മധുരം ചരിക്കുന്നു,
മന്നിടം -നരചൂടും നമുക്കും ചിരിയ്ക്കുക'

അവർ എന്നേറ്റു. അനുമോളും അച്ഛാച്ചനും തോളോടുതോൾ പിടിച്ചു നടന്നു.

വാർഡിലും പുറത്തും കണ്ടുനിന്നവർ പരസ്പരം നോക്കി. അവ രത്ഭുതപ്പെട്ടു. വൃദ്ധന്റെ വലതുകൈയിൽ ഒരു പിടി സുഗന്ധിപ്പൂക്കൾ എങ്ങിനെവന്നു.?

■

1. ഊഞ്ഞാലിൽ - ഒരു വൈലോപ്പിള്ളിക്കവിത.

ഗത്യന്തരം

ഇരുപത്തിയാറിനാണ് കേസു വച്ചിട്ടുള്ളത്. സുരേഷ് വക്കീലിന്റെ ഓഫീസിൽ നിന്ന് വിളിച്ചിരുന്നു. പ്രഭാകരൻ അകത്തേയ്ക്കു കടക്കവെ പറഞ്ഞു. ഡ്രോയിങ്ങ് റൂമിൽ കണ്ണാടിക്കു മുന്നിൽ നോക്കിയിരിക്കുകയാണ് ഒലീന. മുഖത്തു നിർവികാരത. അയാളുടെ ശബ്ദം കേട്ടില്ലെന്ന മട്ടിൽ.

ഒലീന– അയാൾ ശബ്ദമുയർത്തി വിളിച്ചു. നമ്മുടെ കേസെടുത്തിരിയ്ക്കുന്നത് ഇരുപത്തിയാറിനാണെന്ന്, വക്കീൽ വിളിച്ചിരുന്നു.

ഒലീനയ്ക്കു ഒരു ഭാവഭേദവുമില്ല. എന്താണിവൾ കേട്ടതായി ഭാവിക്കുക കൂടി ചെയ്യാത്തത്. അയാൾക്കത്ഭുതമായി. അയാൾ വ്യക്തമാക്കി. എടോ, ഇരുപത്തിയാറിനാണ് നമ്മുടെ കേസു വിളിച്ചിരിക്കണേ, ആർഗിമെന്റുണ്ടാകും. ഒരു തയ്യാറെടുപ്പു വേണമെന്നാണ് നേരത്തെ വിളിച്ചു പറഞ്ഞതിന്റെ അർത്ഥം.

അവൾ മിണ്ടുന്നില്ല. പ്രഭാകരൻ ചോദ്യമായി മൂളി. ഉം?

പ്രതികരണമായി അവളുടെ രണ്ടു മൂളലായിരുന്നു. ഉം.ഉം.! അയാൾ തുടർന്നു.

നിന്നെ ക്രോസു ചെയ്യുന്നത് ഒഴിവാക്കണമെന്ന് കഴിഞ്ഞ സിറ്റിങ്ങിൽ സുരേഷ് വക്കീൽ ആവർത്തിച്ചാവശ്യപ്പെട്ടു. കൊത്തിക്കയറി സ്ത്രീകളെ അപമാനിക്കരുതെന്ന് കർശനമായി പറഞ്ഞു. ഡോക്ടറുടെ വക്കീൽ പ്രഗത്ഭനാണ്. രാമമേനോനെ കേട്ടിട്ടില്ലേ.?

നിനക്കെന്താ ഒരു വല്ലാത്ത----? ഞാൻ കുറേ നേരമായി ശ്രദ്ധിക്കുന്നു എന്താ പറയ്: അയാൾ നിർബന്ധിച്ചു. അവൾ മുഖം വെട്ടിച്ചു പറഞ്ഞു.

ഞാൻ വരുന്നില്ല.അയാൾ ഞെട്ടി. ദേഷ്യവും ഉള്ളിലൊരു ഭയം

ഒലീന ഇതു കളിയല്ല. നമ്മുടെ-----ജിന്റെ പ്രശ്നമാണ്. ലക്ഷങ്ങളുടെ---- നഷ്ടം. നമ്മൾ നഷ്ടപരിഹാരത്തിനാവശ്യപ്പെട്ടിരിക്കുന്നത്. മേനോൻ വക്കീൽ----- ഡോക്ടറെ ജയിപ്പിച്ചാൽ-പിന്നെ ജീവിച്ചിരുന്നിട്ട് കാര്യമില്ല.

നഷ്ടമോ ലഭാമോ എന്നൊന്നും എനിക്കറിയില്ല. എനിക്കിനി കോർട്ട് കയറാൻ വയ്യ. മറ്റേ വക്കീന്റെയൊരു വിസ്താരമുണ്ട്. അനാവശ്യകാര്യമേ ചോദിക്കൂ. പിന്നെ പരിഹാസവും.

നിനക്ക് എന്ത് പറ്റി ഒലീന. ഇന്നലെ വരെ എനർജറ്റിക്കായ നീയെന്തേ അബ്നോർമലാവാൻ! എന്തുണ്ടെങ്കിലും പറയ്-

ഒലീന എഴുന്നേറ്റു. അറുത്ത്മുറിച്ചപോലെ പറഞ്ഞു. ''എനിക്ക് ഒന്നും പറയാനില്ല, പറയുകയുമില്ല.'' ഒരു കൊച്ചു തോർത്ത് കൊണ്ട് പുതച്ച് അവൾ പുറത്തിറങ്ങി.

പ്രഭാകരൻ വിഷണ്ണനായി. എന്താണ് അവളുടെ മനസ്സിൽ? കേസ് പരാജയപ്പെടുമെന്ന ഭീതിയായിരിക്കുമോ! കേസ് തോറ്റാൽ കുഞ്ഞിനെ വിട്ട് കൊടുക്കേണ്ടി വരും എന്ന് കരുതിയോ. വാസ്തവത്തിൽ അയാളുടെ മനസ്സും കലുഷമായിരുന്നു.

പത്ത് വർഷങ്ങളായി മനസ്സിൽ കൊണ്ടു നടന്നിരുന്ന ആഗ്രഹമാണ് സഫലമായത്. അതിരറ്റ് ആഹ്ലാദിക്കേണ്ട സന്ദർഭം. ഒലീനയ്ക്കാ സന്തോഷമുണ്ട്. തനിക്ക് മാത്രം മനസ്സ് പൊരുത്തപ്പെടാനാകുന്നില്ല.

2002 ഫെബ്രുവരി അഞ്ചിന് ആയിരുന്നു വിവാഹം. വന്നെത്താൻ കഴിയാത്ത സുഹൃത്തുക്കൾ ടെലിഗ്രാം അയച്ചു. ചിലർ മെസേജ് അയച്ചു.

ജോയ് ജോയ് വൺ ഇയർ

ബോയ് ബോയ് നെക്സ്റ്റ് ഇയർ

അത് ഒരു തമാശയായാണ് എടുത്തതെങ്കിലും ഒലീന അങ്ങനെ വേണമെന്ന് ആഗ്രഹിച്ചു. നമുക്ക് ഒരു വർഷം കഴിഞ്ഞു മതി.

ഒരു മാസം കഴിഞ്ഞ അമ്മ അവളോട് ചോദിച്ചു വിശേഷം വല്ലതും? ചെവിയോടടുപ്പിച്ച് ശബ്ദം താഴ്ത്തിയ ചോദ്യം. കുളി തെറ്റിയോ?

ഇല്ലമ്മെ....

ഇപ്പോഴൊന്നും ഉണ്ടാവില്ല.

ഓ! നിങ്ങളൊക്കെ പ്ലാൻഡ് ആണല്ലോ. എന്നാലും കഴിയുന്നതും നേരത്തെ അല്ലേ നല്ലത്?

അമ്മയുടെ ചോദ്യം ഓരേ മാസവും ആവർത്തിച്ചു. പാൽക്കാരി അമ്മുവും പണിക്കാരി അമ്മിണിചേച്ചിയും അമ്മയോടായി അന്വേഷണം.

മരോൾക്ക് വിശേഷായ്യോ

ങ്ഹും! അവർ ഒറ്റമൂളലിൽ മറുപടിയവസാനിപ്പിച്ചു.

അന്ന് ഒലീന പ്രഭാകരന്റെ ചെവിയിൽ ചുണ്ടു മുട്ടിച്ചു പറഞ്ഞു. ''ഒരു കൊല്ലം കഴിഞ്ഞു.''

അയാൾ ഒരാശ്ലേഷത്തോടെ പറഞ്ഞു. അമ്മയ്ക്കാ തോന്നുന്നു ഏറെ ധൃതി. ''അതെ.'' ഒലീന പറഞ്ഞു. ഇന്നു കാലത്തും അമ്മ ചോദിച്ചു.

''കുളിതെറ്റിയോ എന്ന്.''

ആവുമ്പോ ആവട്ടെ. അല്ലേ? അവർ സമാധാനിപ്പിച്ചു.

അമ്മായിമ്മയയുടെ ചോദ്യത്തിന്റെ രൂപം മാറി. ആത്മഗതമെ ന്നോണം അവർ ശബ്ദമുയർത്തി നെടുവീർപ്പോടെ മൊഴിഞ്ഞു. ഇവിടെ ഒരു കുഞ്ഞിക്കാലു കാണലുണ്ടാവില്യാന്നാ തോന്നണ്.

വർഷങ്ങൾ കഴിയുന്തോറും അവരുടെ ഉൽക്കണ്ഠ വർദ്ധിച്ചുവന്നു. ആർക്കായിരിക്കും കുഴപ്പം അവർക്കേറ്റവും വിശ്വസ്തനായ ഡോക്ടർ ശർമ്മയെ കണ്ടു. ആസ്പത്രിയിലെ വിദഗ്ധയായ ഗൈനക്കോളജിസ്റ്റ് ഒലീനയെ പരിശോധിച്ചു. അവൾ സന്തോഷത്തോടെയാണാശുപത്രി വിട്ടത്. വനിതാ ഡോക്ടർ പറഞ്ഞു. തനിക്കൊരു കുഴപ്പവുമില്ലടോ.

''യുവാർ റ്റു പ്രഗ്നൻസി അറ്റ് എനിടൈം.''

പ്രഭാകരന് ഡോക്ടർ വർമ്മ നൽകിയ നിർദ്ദേശം അയാളെ വ്യാകുല നാക്കി. നിങ്ങളുടെ ക്രോമസോണുകൾക്ക് സജീവതയില്ല. എന്നു വെച്ച് നിരാശനാവണ്ട. യാദൃശ്ചികമായി സംഭവിച്ചേക്കാം. മരുന്നുകൾക്ക് പ രിമിതിയുണ്ട്. തന്റെ ബലഹീനത പ്രകടിപ്പിക്കാതെ പ്രഭാകരൻ സൂക്ഷിച്ചു പെരുമാറി. അതുവരെ ക്ഷേത്രങ്ങളിലോ ദൈവസന്നിധികളിലോ പോവാത്ത അയാൾ വഴിപാടുകൾ ചെയ്തു. ഗുരുവായൂരിൽ താമരപ്പൂ കൊണ്ട് രണ്ടു പേരുടെയും തുലാഭാരം നടത്തി. കൊണാർക്ക് സൂ ര്യക്ഷേത്രത്തിൽ സ്വർണ ആൾരൂപം സമർപ്പിച്ചു. മുകാംബികയിൽ ശയനപ്രദക്ഷിണം നടത്തി.

ഡോക്ടർ വർമ്മ സുഹൃത്തിനെ പോലെ ഉപദേശിച്ചു. രണ്ടു പേരെയുമിരുത്തി പറഞ്ഞു. ''ഞാനെന്റെ സഹപ്രവർത്തകനായ കരു ണാദാസിന് റെക്കമെന്റു ചെയ്യാം. ഒരു ടെസ്റ്റ് ട്യൂബ് പ്രഗ്നൻസിക്ക് മിസ്സിസ്സ് ഒലീന തയ്യാറാകണം.''

''സാർ അത്.'' രണ്ടു പേരും ഒരുമിച്ച് സംശയം പ്രകടിപ്പിച്ചു.

''ടെസ്റ്റ്യൂബ് എന്ന് പറഞ്ഞു എന്നേയുള്ളൂ. ഒരിഞ്ചക്ഷനാണ് ആ ലോചിച്ച് നാളെ കരുണാ ഹോസ്പിറ്റലിൽ ചെല്ലൂ. വൈകേണ്ട. ഞാൻ ഡോക്ടറെ വിളിച്ചു പറയാം.''

ഡോക്ടർ കരുണാദാസ് അവരെ സ്വാഗതം ചെയ്തു. രണ്ടുപേരെ യും വെവ്വേറെ പരിശോധിച്ചു. ''എന്റെ ട്രീറ്റുമെന്റ് സമ്മതമാണല്ലോ രണ്ടു പേർക്കും...!''

അവർ എഗ്രിമെന്റിൽ ഒപ്പിട്ടു. അദ്ദേഹം ഒലീനയെ പ്രത്യേകം വിളിച്ചു. തിയേറ്ററിൽ കയറി.

''മിസ്സിസ്സ് ഒലീന, നിങ്ങളുടെ ഹസ്സ് മിസ്റ്റർ പ്രഭാകരന് ഒരു കുഞ്ഞുണ്ടാവാൻ സാധ്യത കുറവാണ്. ഹിസ് ജീൻസ് ആർ ഡസ് ആൾ മോസ്റ്റ്. അദ്ദേഹത്തിന്റെ ബീജങ്ങളേറെയും നിർജ്ജീവങ്ങളാണ്.''

മാഡം! ഇനി ഞാനെന്തു വേണം? വാട്ട് ഐ ഡു ഫോർ യൂ....

''സാർ ഐ വാൺഡ് ടു ബിയേ മദർ എനിയ്ക്കൊരമ്മയാകണം. ഒരു കുഞ്ഞുവേണം.'' കൃതഹസ്തനായ ആ ഡോക്ടർ അവളെ മന സ്സിലാക്കി. ''മാഡം നിങ്ങളിൽ ഒരു സങ്കലനം നടത്തുകയാണ്. എന്റെ

സെമൻ ബേങ്കിൽ നിന്ന് ഒരു ട്യൂബെടുത്ത് നിങ്ങൾക്കു നൽകുന്നു. അതാരുടെയെന്ന് പറയാനാകില്ല. മിസ്റ്റർ പ്രഭാകരനിൽ നിന്നുമെടുത്തിട്ടുണ്ട്. പക്ഷേ- അദ്ദേഹം നിർത്തി. തല താഴ്ത്തിയിരിക്കുന്ന ഒലീന, ഡോക്ടറുടെ ചോദ്യം എന്തു വേണം മേഡം?''

''ഒലീന തലയാട്ടി മൂളി. ഉം....''

നിമിഷങ്ങൾക്കു ശേഷം പുറത്തു വന്ന ഒലീനയുടെ മുഖം മ്ലാനമായിരുന്നു. പ്രഭാകരൻ സമാധാനപ്പെടുത്തി.

''പേടിയ്ക്കാനൊന്നുമില്ലെടാ. എന്നിൽ നിന്നെടുത്താണദ്ദേഹം.''

''മതി എനിക്കതോർക്കാൻ അറപ്പു തോന്നുന്നു.'' ഒലീന പറഞ്ഞു.

പ്രഭാകരനു തമാശയായി. ''എല്ലാ ജനനവും ഓരോ രഹസ്യമാണെടോ. നമ്മൾ രണ്ടു പേരറിയേണ്ടത്. ഡോക്ടർ കൂടി അതിൽ പങ്കാളിയാണെന്നുമാത്രം. എന്റെ കുഞ്ഞ് ആൺകുട്ടിയാകും.''

ഒലീന ഒരില്യഭ്യച്ചിരിയോടെ അയാളുടെ തോളിൽ തല ചായിച്ചു.

''ഇതൊന്നു നേരത്തെയാവാതിരുന്നില്ലേ പ്രഭേ.'' അമ്മ സന്തോഷത്തോടെ ആക്ഷേപിച്ചു. ''ഇനി മനസ്സിരുത്തിക്കോളിൻ : ദൂരയാത്രയൊന്നും വേണ്ട...'

മരുമകളുടെ ഓരോ ചലനവും ശ്രദ്ധിക്കുന്ന അമ്മായിയമ്മ. മുറ്റത്തെ മുല്ലച്ചെടികൾക്കരികിൽ കുനിഞ്ഞുനിന്നു ഓക്കാനിക്കുന്ന ഒലീനയുടെ പുറത്തു തടവി അമ്മായിയമ്മ മൂളി.

''എന്റെ മകൻ കൃഷ്ണനുണ്ണീ
കൃഷ്ണാട്ടത്തിനു പോകേണം''

പാൽക്കാരിയും വേലക്കാരിയും ചിരിച്ചു കുലുങ്ങി. ''സരസ്വതിയമ്മേ മരുമോൾക്ക് പെൺകുട്ട്യാണെങ്കിലോ കൃഷ്ണീന്നാവോ?''

''ഫൂ... കരിനാക്ക്യോളേ. എന്റെ മോന് കുട്ടനാ പെറക്ണെ! ഉണ്ണിക്കുട്ടൻ...'

''ഉം..... നന്നാവട്ടെ ഈശ്വരാ.'' അവർ ഐക്യദാർഢ്യം പ്രകടമാക്കി.

ഓരോ മാസവും പ്രശസ്ത ഗൈനക്കോളജിസ്റ്റു തന്നെ ചെക്കപ്പു ചെയ്തു. സ്കാനിങ്ങ് കഴിഞ്ഞപ്പോൾ പ്രഭാകരൻ ചോദിച്ചു. ഡോക്ടർ പ്ലീസ്....

''കുട്ടി.''

''നോ. അങ്ങനെ പറഞ്ഞൂടാ. പ്രഭാകരൻ നിങ്ങളുടെ ആഗ്രഹം പോലെ തന്നെയാകുമെന്ന് സമാധാനിച്ചോളൂ...!'' ഒരു തുരുമ്പു കിട്ടിയ പോലെ അയാൾ ഒലീനയെ പൊക്കിയെടുത്തു ചാടി.

തിയ്യതി കണക്കാക്കി ഡോക്ടർ ഇവിടെത്തന്നെ ബുക്ക് ചെയ്തു. പെയിൻ തോന്നിയാൽ തലേന്നു തന്നെ വന്നോളൂ.

അവർ സന്തോഷത്തോടെ പിരിഞ്ഞു. അമ്മയും ബന്ധുക്കളും വിവരങ്ങളറിഞ്ഞു. ചിലർ മുൻകൂർ അഭിനന്ദനമറിയിച്ചു.

ചെറിയ അസ്വാസ്ഥ്യം തോന്നിയ ഒലീന പ്രഭാകരനോടു പറഞ്ഞു. ''നമുക്ക് ശാന്തകുമാരി ഡോക്ടറിന്നു വിളിക്കാം. ഇപ്പോൾതന്നെ പോവാം...''

''ഞാനതല്ലേ ഇന്നലെ ചോദിച്ചത്? ഇപ്പോഴെങ്കിലും പറഞ്ഞതു നന്നായി.'' അവർ പുറപ്പെട്ടു.

''ഞാനുണ്ട് പ്രഭേ''– അമ്മയും റെഡിയായി.

പതിവായി ചെക്കു ചെയ്യുന്ന ഡോക്ടർ ശാന്ത പറഞ്ഞു കൊടുത്ത ഡേറ്റിനു രണ്ടു ദിവസം കൂടിയുണ്ട്. പരിശോധിച്ച ഉടനെ അവർ പറഞ്ഞു. വന്നത് നന്നായി. നിങ്ങൾക്ക് ഒരരമണിക്കൂർ വെയ്റ്റു ചെയ്താൽ മതിയാകും.

ലേബർ റൂമിനു മുന്നിൽ അമ്മ തൊഴുതു നിൽക്കുന്നു. ''ഗുരുവായൂരപ്പാ ഗുരുവായൂരപ്പാ'' പിറുപിറുക്കുന്നു. വൈകാതെ നേഴ്സു പുറത്തു വന്നു.

''മിസ്റ്റർ പ്രഭാകരൻ നായർ..''

''സാർ.''

''ഒലീനാ മാഡം പ്രസവിച്ചു. ആൺകുട്ടിയാണ്....''

അമ്മ ഓടിച്ചെന്നു.''ഞാൻ വരാം....''

''വേണ്ട, കൊണ്ടു വന്നു കാണിച്ചു തരാം.''

ഒരു നെഴ്സ് വെള്ള വസ്ത്രത്തിൽ പൊതിഞ്ഞ കുഞ്ഞിനെ പുറത്ത് കൊണ്ടു വന്നു. നേഴ്സ് ചൂണ്ടുവിരൽകൊണ്ട് പുതപ്പ് മാറ്റി.

വെളിച്ചത്തിൽ കുട്ടി കൺതുറന്നു ചുണ്ട് പിളർക്കാൻ ഗോഷ്ടി കാട്ടി. അയാളും അമ്മയും കുഞ്ഞിനെ ഉൽകണ്ഠയോടെ നോക്കി.

കറുത്ത നിറം. ഒരു കാലിനു ചെറുപ്പം അയാളുടെ മുഖം ഇരുണ്ടു അയാൾ ആദ്യം ശാന്തകുമാരി ഡോക്ടറെ കണ്ടു.

''മാഡം.''

''ഇത് ആൾട്ടിഫിഷ്യൻ ഫെർട്ടിലൈസേഷനാണെന്ന് അറിയാമല്ലോ.''

''എനിക്ക് വിശ്വസിക്കാനാവുന്നില്ല. ദ ചൈൽഡീസ് നോട്ട് മൈൻ...''

'അതെനിക്ക് ഉറപ്പിക്കാനാവില്ല സർ. സമനില പാലിച്ച് ഒലീനയെ വേദനിപ്പിക്കാതെ സമാധാനമായി പോകൂ.''

അയാൾക്ക് സഹിക്കാനായില്ല. കരുണാകരൻ എന്ന ഡോക്ടറെ കടിച്ചു കീറാൻ തോന്നി. പ്രശ്സ്തനായ അഭിഭാഷകൻ സുഭാഷിനെ സമീപിച്ചു അദ്ദേഹവും പ്രഭാകരനു നൽകിയത് ഉപദേശമാണ് ''നിങ്ങളിത് അടുത്ത സുഹൃത്തുക്കളോടു കൂടി പറയാതിരിക്കൂ. ഷെയിം യുവേഴ്സ് ഓൺലി.''

''അങ്ങനെ വിട്ടാൽ പറ്റില്ല വക്കീലെ. ഈ വിശ്വാസവഞ്ചനക്കും തെമ്മാടിത്തത്തിനും കേസ് കൊടുക്കണം. നഷ്ടപരിഹാരം കിട്ടണം ഇനി ഒരിക്കലും അവനീ ജനവഞ്ചന തുടരരുത്''

അഡ്വക്കെറ്റ് അൽപ നേരം ആലോചിച്ച് പറഞ്ഞു.''സൂട്ട് ഫയൽ ചെയ്യാം. ഒലീന കൂടി ഈ അഭിപ്രായത്തിൽ ഉറച്ചു നിൽക്കണം. ''നിങ്ങളുടെ ബ്ലഡ് ഗ്രൂപ്പ് ?''

''ബി പോസീറ്റീവ്.'' പ്രഭാകരൻ പറഞ്ഞു. ''കുട്ടിയുടെ ടെസ്റ്റു ചെയ്തില്ലേ?''

''പിന്നെ! ആർ എച്ച് നെഗറ്റീവ്'' വൈഫിന്റെ! ബി തന്നെ.

‘‘ഇതു ഒരു റെയർ കേസുതന്നെ. നമുക്കു പിടിക്കാം. മാനനഷ്ടം, വിശ്വാസവഞ്ചന, ഇൻപേഴ്സ്നേഷൻ പത്തോളം വകുപ്പുണ്ട്. ഐ.പി. സി. 499,500 പിന്നന്നെ നാനൂറ്റിയിരുപത്. അൽപതു ലക്ഷം നഷ്ടപരിഹാരം ആവശ്യപ്പെടാം.’’

‘‘ആർ. എച്ച് നെഗറ്റീവ് അധികമാർക്കും കാണാറില്ല. നിങ്ങളുടെ ഫാമിലിയിലാർക്കെങ്കിലും ആർ.എച്ച് ഗ്രൂപ്പ് രക്തമാണോ എന്ന് അറിയണം.

ഒലീന അയാളുടെ നിർബന്ധത്തിൽ വക്കാലത്ത് ഒപ്പുവെച്ച് സുഭാഷ് വക്കീലിനെ ഏൽപ്പിച്ചു. മാനഹാനി, ആൾമാറാട്ടം, വിശ്വാസ വഞ്ചന, കബളിപ്പിക്കൽ വകുപ്പുകൾ ചേർത്ത് പത്ത് ലക്ഷത്തിന്റെ നഷ്ടപരിഹാരത്തിനു കേസ് ഫയൽ ചെയ്തു. അഡ്വക്കേറ്റ് ധൈര്യം കൊടുത്തു. ‘‘ഒലീന മേഡം ഒറ്റ ദിവസം വന്നാൽ മതിയാകും. പിന്നെ ഞാൻ നോക്കി കൊള്ളാം.’’

വക്കീൽ നോട്ടീസിന് മറുപടി വന്നത് സുഭാഷ് പ്രഭാകരനെ വായിച്ചു കേൾപ്പിച്ചു. ‘‘പ്രത്യാൽപാദന ശേഷിയില്ലാത്ത ഭർത്താവിൽനിന്നല്ലാതെ ഒരു കൃത്രിമ ബീജസങ്കലനത്തിന് ശ്രീമതി ഒലീനയും അവരുടെ ഭർത്താവ് പ്രഭാകരനും സമ്മതപത്രം ഒപ്പുവെച്ചു തന്നിട്ടുണ്ട്.’’ പ്രശസ്ത വക്കീൽ രാമചന്ദ്രമേനോൻ ആയിരുന്നു പ്രതിഭാഗം.

ആദ്യം ദിവസം വലിയ പരിഭ്രമമില്ലാതെ കോർട്ടിൽ കയറി. ചോദ്യങ്ങൾക്ക് ഉത്തരം പറഞ്ഞു. രാമചന്ദ്രമേനോൻ വ്യക്തമായി ചോദിച്ചു. ‘‘പരാതിയുണ്ടോ? നിങ്ങളെ ഡോക്ടർ കരുണാകരദാസ് വഞ്ചിച്ചൂന്നാണോ. ആർട്ടിഫിഷ്യൽ ഫെർട്ടിലൈസേഷനാണോ? അതോ ഡോക്ടർ തന്നെ–

‘‘സ്റ്റോപിറ്റ്’’– അഡ്വക്കെറ്റ് സുഭാഷ് ഇടപെട്ടു.

‘‘എന്റെ കക്ഷിയെ പരസ്യമായവഹേളിക്കരുത്. ഡെലിവറി കഴിഞ്ഞ് ഒരു മാസമെ ആയുള്ളൂ. ഷി ഈസ് അണ്ടർ ട്രീറ്റ്മെന്റ്.’’ കേസ് മൂന്ന് മാസത്തേക്ക് നീട്ടി. കുരണാ ഹോസ്പിറ്റലിനും ഡോക്ടർ കരുണാദാസിനുമെതിരായ കേസ് വാർത്ത പത്രങ്ങളിൽ വന്നു. അഡ്വക്കേറ്റ് രാമചന്ദ്രമേനോന്റെ പ്രസ്താവന വന്നു.

ഇത് ഒരു സ്ത്രീയുടെ മാതൃത്വത്തിന്റെ പ്രശ്നമാണ്. ഒലീന മേഡം ഒരു വിഡ്ഢിയല്ല. അവരെ കബളിപ്പിക്കാനാവില്ല. ഒരമ്മയാകാൻ ഏതു പുരുഷ ബീജം സ്വീകരിക്കുവാനും അവർക്ക് അവകാശമുണ്ട് ഡോക്ടർ കരുണാദാസ് ഉഭയകക്ഷി സമ്മത പ്രകാരമാണ് ചെയ്തിട്ടുള്ളത്.

‘‘അടുത്ത ആർഗിമെന്റിൽ കേസ് അവസാനിക്കും.’’ പ്രഭാകരൻ പറഞ്ഞു. ‘‘ നീ സ്ട്രോങ്ങായാൽ മതി. സുഭാഷ് വക്കീൽ മേനോനെ മുട്ടു കുത്തിക്കും.’’

ഒലീന കുഞ്ഞിനേയും തോളത്ത് ഇട്ട് മുറിക്ക് പുറത്തു കടന്നു പറഞ്ഞു.

‘‘ഞാൻ വരുന്നില്ലെന്നു പറഞ്ഞില്ലേ?’’

പെട്ടെന്ന് വന്ന ഫോൺ മെസേജ് പ്രഭാകരൻ ശ്രദ്ധിച്ചു. വായിച്ചു.

സുഭാഷ് വക്കീലാണ്.''സോറി പ്രഭാകരൻ, ഒലീന, കേസ് പിൻവലിക്കാൻ റിക്വസ്റ്റ് ചെയ്തിരിക്കുന്നു. ഇനി ഒത്തുതീരാം....''

''എടീ...'' പ്രഭാകരൻ നിന്ന് വിറച്ചു. ''എന്നെ അപമാനിച്ച് നാട്ടിലാകെ പാട്ടാക്കി, ഞാ നിന്നെ''

''എന്താടാ പറയണേ.'' അമ്മ ഓടി വന്നു. അവർ ഒലീനയിൽ നിന്നും കുഞ്ഞിനെ വാങ്ങി. ഇതെന്റെ മകന്റെ മോനാടാ. എന്റെ അമ്പാടി കണ്ണൻ. കറുത്തിട്ടായാലും ചണ്ണക്കാലനായാലും തറവാട്ടിൽ പിറന്ന ആൺ തരിയാ...

''അമ്മേ... അമ്മ എന്തറിഞ്ഞാ.''

'ഒക്കെ അറിഞ്ഞു തന്ന്യാ പറേണ്. നീ നിന്റെ അച്ഛൻ നാരായണ കുറുപ്പിന്റെ മോനാണോ? പോയി ടെസ്റ്റു ചെയ്യ് ബ്ലഡ് ട്രൂപ്പ് ഏതാന്ന്....''

പ്രഭാകരൻ രണ്ടു കൈയും തലയ്ക്കുവെച്ച് നിന്നു വിറച്ചു. തളർന്ന് നിലത്ത് കുന്തിച്ചിരുന്നു. ഒലീന വല്ലാതായി. അവൾ അയാളുടെ തോളത്തു കൈയിട്ട് ഏങ്ങലോടെ പറഞ്ഞു.

''പ്രഭേട്ടാ എന്നെ വെറുത്തോളൂ. എന്റെ മോനെ വെറുക്കരുതേ... ''ഡോക്ടർ എന്നോടു ചോദിച്ചപ്പോൾ തലയാട്ടി മൂളിയത് എന്നിലെ സ്ത്രീയായിരുന്നു....''

അമ്മയുടെ തോളിൽ കിടന്ന് കുഞ്ഞു അമ്പാടി കണ്ണൻ കൈ കാൽ കുടഞ്ഞു കരഞ്ഞു.''ള് ളേ...ങ് ഏ ങ് ങ്ങേ.''

■

വയൽമണ്ണുപറയുന്നത്

പുറത്തു മഴ പെയ്യുന്നതു നോക്കിയിരിക്കവെ, അകലെ പാടുത്തുനിന്ന് തവളകളുടെ കരച്ചിൽ കേൾക്കാൻ കൊതിയോടെ കാതോർത്തു. ചീവിടുകളുടെയും പലതരം കൊച്ചു പ്രാണികളുടെയും ശബ്ദമുണ്ട്. വളരെ അപൂർവ്വമായി മാത്രം തവളകളുടെ കരച്ചിൽ. അതൊന്നും ചേറ്റിലും ചെളിവെള്ളത്തിലും നീന്തിത്തുടിച്ചുകളിക്കുന്ന തവളകളുടെയല്ല, പുഴിമണ്ണിലും മാളങ്ങളിലുമുള്ള പുഴിത്തവളകളാണ്.

ഇളകിയ ചേറിന്റെ മണം ഉന്മത്തമാക്കിയ പൊക്കാച്ചിത്തവളകൾ ഇണകളെ വിളിക്കുന്ന ശബ്ദം പേക്രാം പോക്രോം എന്നും പ്രതികരണമായി പെൺതവളകൾ ക്രാണേം ക്രിണിം എന്നും.

നമ്പ്യാത്തൻ നമ്പൂതിരിപ്പാട് ഒരു ചെറു ചിരിയോടെ ഓർത്തു. മുറുക്കാൻ ചെല്ലം മുന്നിലേക്കു നീക്കിവെച്ചു. ഈ വക ശബ്ദങ്ങളൊന്നും ഇന്നില്ല. ശീതക്കാറ്റിൽ വയൽമണ്ണിന്റെ മണമില്ല. തൊടിയിൽ അവിവിടെനിന്ന് ജീർണ്ണിച്ച മരക്കൊമ്പുകൾ ഒടിഞ്ഞുവീഴുന്ന ശബ്ദങ്ങൾ. കന്നിമാസത്തിലെ ശുനകഭോഗങ്ങളുടെ അശുഭഘോഷങ്ങൾ.

ഇല്ലത്തിനു മുന്നിൽ നോക്കെത്താദൂരത്തോളം പൊന്ത മൂടിയ വയലുകൾ. വരമ്പുകളിൽ ഓരോ ദിവസവും നടന്ന നോക്കുന്നു പുതിയ പുതിയ മനുഷ്യർ. അവരാരെന്നോ എന്തിനു വന്നെന്നോ അന്വേഷിക്കാറില്ല്, കച്ചവടം ചെയ്ത് തുണ്ടുകളാക്കി നികത്തി പുതിയ കെട്ടിടങ്ങളുയർത്താനാവും, മാറിമാറി വിൽപന മാത്രം നടക്കുന്നു. ഭൂമിക്ക് പുതിയ പുതിയ ഉടമകൾ മാറിമാറുന്നു.

പിടിക്കലുള്ള റോട്ടിലൂടെ നടന്നു നോക്കുന്നവർ ചിലപ്പോൾ

ഇല്ലത്തേക്കു നോക്കും, നമ്പൂതിരിയെ കണ്ട് മദ്ധ്യവയസ്കരായവർ പറയും.

മുപ്പിലാൻ നമ്മളെ നോക്കുന്നുണ്ടു കെട്ടാ! പണ്ടിതൊക്കെ അവരുടെതായിരുന്നില്ലേ? ജന്മികൾ, പുരാവൃത്തങ്ങളറിയുന്നവർ കുറച്ചുമാത്രം! ഇപ്പോൾ കൃഷിയൊന്നുമില്ല. തൊഴുത്തും കയ്യാലയും നെൽപുരയുമൊക്കെ പൊളിച്ചുമാറ്റി കല്ലും മരവും വിറ്റു.

ഒപ്പമുള്ള പുതിയ തലമുറയ്ക്കു ചിരി. ചെറുപ്പക്കാർക്ക് അർത്ഥം കിട്ടാത്ത പദം അവരുരുവിട്ടു. ജന്മി! നമ്പ്യാത്തൻ നമ്പൂതിരി നെടുവീർപ്പുകളോടെ ഓർമ്മിക്കുന്ന പദം. കുടിയാന്മാരുടെ പാട്ടം അളന്നു തിട്ടപ്പെടുത്തുമ്പോൾ നീളൻ കാൽക്കുടയുമായി ഒരു ഉലാത്തലുണ്ട്. വീട്ടുകളിലെ അമ്മമാരും യുവതികളും ഭയഭക്തി ബഹുമാനത്തോടെ വടക്കിനിക്കിളി വാതിലുകളിലൂടെ നോക്കി നിൽക്കും. കാച്ചെണ്ണയുടെയും തുളസിക്കതിരിന്റേയും മണമൂറുന്ന കുന്തലുകളോടെ കിളിവാതിലിന്നരികിലൂടെ മിന്നിമറയുന്ന നീൾമിഴിക്കോണുകൾ പരതാൻ മറക്കാറില്ല.

ഒക്കുംപറയ്ക്ക് പാട്ടമളക്കുമ്പോൾ കാര്യസ്ഥൻമാരുമായുണ്ടാകുന്ന വാക്കുതർക്കങ്ങൾ വീട്ടുപരിതസ്ഥിതിക്കനുസരിച്ച് ഇളവു നൽകി തീർപ്പാക്കും. സ്ത്രൈണഭാവങ്ങൾക്കു നൽകാറുള്ള ആനുകൂല്യങ്ങൾ പിന്നീട് ബാദ്ധ്യതയാകാറുണ്ട്.

ശങ്കു- ഒന്ന് ഇല്ലം വരെ വരുണ്ടു- ചിലപ്പോൾ തമ്പുരാൻ നേരിട്ടു പറയും, പിന്നേ ആ കാര്യസ്ഥൻ രാമൻനായരോടു പറഞ്ഞയയ്ക്കും കക്കൂത്തെ ശങ്കുനോട് ഒന്നിത്രടം വരാൻ പറയ് രാമാ. ഇന്നന്നെയായിക്കോട്ടെ....

ശങ്കു എന്ന ശങ്കുണ്ണി നായർക്ക് കാര്യം മനസ്സിലാകുന്നു. തോളത്തെ മുണ്ടു കക്ഷത്തുവെച്ച് ഓച്ചാനിച്ചു നിൽക്കുന്ന ശങ്കുണ്ണി നായരോട് തിരുമനസ്സിന്റെ അരുളപ്പാട്.

ച്ചാൽ ശങ്കേ! ഇക്കുറി രണ്ടു പറ നെല്ല് കൊറച്ചേ ആളന്നെടുത്തിട്ടുള്ളൂ. ഇനി എന്തെങ്കിലും ബുദ്ധിമുട്ടുണ്ടായിച്ചാ പറയുണ്ടൂ....

ശങ്കുണ്ണി നായർ ചങ്കിടിപ്പോടെ അനുസരണമൂളുന്നു.

ഓ!

ഇന്ന് വൈന്നാരം നോൻ അവട്യായ്ക്കോട്ടേന്നാ നിരീക്കണേ. ആ നീലക്കുപ്പായട്ട വെളുത്തുമെലിഞ്ഞവള് നെന്റെ പെണ്ണിന്റെ താഴെള്ളതാവും അല്ലാന്നുണ്ടോ...

അല്ലാ! അത്, അത് അല്ലാ

ങേ! മഹളാണോ!

അതെവിടോണ്ട്....

ഓ! ന്നാലും സന്തോഷായി അങ്ങനായ്ക്കോട്ടെ.

ശങ്കുണ്ണിനായർ പരുങ്ങി. അത്.... അവളതിന് വയസ്സ്-

തിരുമേനിയ്ക്കു ശുണ്ഠി... ഫൊ! ശപ്പാ വയസ്സൊക്കെ ഞാനറിപ്പി

ച്ചോളാം. നീയൊന്നും അറേൃണ്ട.

ശങ്കുണ്ണി നായർ തല താഴ്ത്തി മടങ്ങുന്നു. പ്രായപൂർത്തിയാവാത്ത മകൾ പത്മിനി. ഭാര്യയോടിതെങ്ങനെ സൂചിപ്പിക്കും. വീട്ടിലേയ്ക്കു കയറേണ്ടെന്നു തന്നെ ശങ്കുണ്ണി കരുതി

സന്ധ്യ മയങ്ങുന്നതോടെ കമ്പിറാന്തലുമായി കക്കൂത്തു തറവാട്ടിലെത്തുന്ന തിരുമേനി. ഇന്നലെ വരെ പ്രായപൂർത്തിയാകാതിരുന്ന പത്മിനിക്കും മദ്ധ്യവയസ്കയായ അമ്മ മാധവിയമ്മയ്ക്കും ഒരുമിച്ചു കുളക്കടവിൽ ഒരു ഭാവഭേദവുമില്ലായിരുന്നു. മകളുടെ നടത്തം ശ്രദ്ധിക്കവെ അമ്മയുടെ മുഖത്ത് പുഞ്ചിരി, കുസൃതിച്ചിരി.

കുടിയാനായ കക്കുത്തു ശങ്കുണ്ണിനായരുടെ ഭൂമി അയാളുടെ ജന്മാവകാശമായി മാറിയതിൽ നാട്ടുകാർക്കത്ഭുതമായില്ല. നെഞ്ചുള്ളിയില്ലാത്ത കുഞ്ഞുണ്ണി നമ്പൂതിരിയാത്രെ കക്കുത്തെ നായരുടെ വീട്ടിലെ സംബന്ധം.

പത്മിനിയുടെ മക്കൾ വളർന്നു നാട്ടിലെ പ്രമാണിമാരായി. ഉന്നത ഉദ്യോഗസ്ഥരായി. അവർ അഭിമാനത്തോടെ പറഞ്ഞു.

''എന്റെ അച്ഛൻ നമ്പൂര്യ!''

നോക്കെത്താ ദൂരത്തെ നെൽപാടങ്ങളും പറമ്പുകളും നെയ്പുള്ളിക്കാരുടെ ജന്മമായിരുന്നത് പിന്നീടു പലരുടേതായി. പാട്ടമളക്കുന്നതു കുറഞ്ഞു. കൃഷിഭൂമി കൃഷി നടത്തിപ്പുകാർക്കായി, പാടത്തു പണിയെടുക്കുന്ന ചാത്തനും കോരനും കുഞ്ഞുവറീതും ആ പണി തുടർന്നു.

വരമ്പത്തു നിന്ന് അവരെ പണിയിച്ചവരായി പുതിയ ഭൂവുടമകൾ. അവൻ വരമ്പത്തുകൂടെ നടന്നു. ചേറിൽ പണിയുന്നവന് കൂലി കൊടുത്തു. രണ്ടു കൂട്ടരുടേയും മക്കൾ ഒരുമിച്ചു വിദ്യാലയങ്ങളിലേയ്ക്കു പോയി. നമ്പൂതിരിമാരുടെ കുട്ടം ക്ഷേമസഭയെപ്പറ്റിയാലോചിച്ചു. തലയെടുപ്പുള്ള ബ്രാഹ്മണർ ഉപദേശിച്ചു.

ജന്മിത്തമെന്നും പറഞ്ഞ് പാട്ടവും വാരവും കാത്തിരുന്നാൽ പോര. പണിയെടുക്കാൻ തയ്യാറാകണം. പുതിയ വിദ്യാഭ്യാസം നേടാൻ മക്കളെ അയയ്ക്കണം. കച്ചവടം ചെയ്യാൻ കഴിവുള്ളവർ അതു ചെയ്യുക. വ്യവസായം ചെയ്യാനാവുന്നവർ സഹകരണാടിസ്ഥാനത്തിൽ സംഘം ചേർന്ന് പുതിയ വ്യവസായശാലയാരംഭിക്കുക.

കാലം മാറുമ്പോൾ, നാട് ഓടുമ്പോൾ നടുവിലൂടെ ഓടുക. ശാന്തിയും സംബന്ധവും മാത്രം പോരാ. അങ്ങനെ ജീവിക്കാമെന്നു കരുതണ്ട. സംബന്ധം സ്വന്തമായി വേളീകളിച്ചു മതി. അത് ഒന്നു മതിതാനും.

ആഹ്വാനമനുസരിച്ച് ഒരു കൂട്ടം സഹകരണാടിസ്ഥാനത്തിൽ ഇരുമ്പുവ്യവസായശാല ആരംഭിച്ചു. കാർഷിക പണിയായുധങ്ങൾ നിർമ്മിച്ചു. ഭാരത് മെറ്റൽ ഇൻഡസ്ട്രീസ്. ചിലർ പുതിയ വിദ്യാലയങ്ങൾ സ്ഥാപിച്ചു. നമ്പൂതിരി വിദ്യാലയത്തിൽ എല്ലാ ജാതിക്കാർക്കും പ്രവേശനം നൽകി. സംസ്കൃതവും ഇംഗ്ലീഷും പഠിച്ചു. പഠിപ്പിച്ചു.

കൃഷിപ്പണി ചെയ്യുന്നവരുടെ മക്കൾ വളർന്നു. ചേറിൻമണം

പുതിയ തലമുറയ്ക്കിഷ്ടമായില്ല. വൈറ്റ് കോളർ സംസ്കാരം വളർന്നു. പാടത്തിറങ്ങാനാളില്ല. ഞാറു പറിക്കാനാളില്ല. കൊയ്യാനറിയില്ല. മെതിക്കാനറിയില്ല.

ഇല്ലവും വളപ്പും പൊന്തകെട്ടി. പഠിച്ചുവളർന്ന മക്കൾ കേരളത്തിനു പുറത്തും വിദേശങ്ങളിലുമായി. ഇഷ്ടമുള്ള ഇണകളെ ഇന്റർനെറ്റിലൂടെ കണ്ടെത്തി. ഇല്ലത്ത് എപ്പോഴെങ്കിലും വന്നാലായി. സമയമില്ല.

എന്തിനിങ്ങനെ പഴമയോർക്കണം! നമ്പ്യാത്തൻ നമ്പൂതിരി പതുക്കെ എഴുന്നേറ്റു. കാടുപിടിച്ച വയലുകൾക്കിടയിലൂടെ നടന്നവർ എങ്ങോ പോയിരിക്കുന്നു. തൊടിയിലെ പൊന്തയും പാഴ്ച്ചെടികളും വെട്ടാനേൽപിച്ചവർ വന്നിട്ടില്ല. തൊടി കിളയ്ക്കുവാനും തെങ്ങിൻചുവടു കിളയ്ക്കുവാനും ഏൽപ്പിച്ചവരും വരുന്നില്ല.

വന്നാൽ അഞ്ഞൂറു രൂപ കൂലി. കാലത്ത് ഇഡ്ഡലിയും ദോശയുമൊന്നും പോര, പൊറോട്ട, ചിക്കൻ, വയറു നിറയെ. ഉച്ചഭക്ഷണവും നാലമണിച്ചായയും വിഭവസമൃദ്ധമാവണം. വേണെങ്കി മതി.

വേണ്ട അവിടെ കിടന്നോട്ടെ. പത്തു സെന്റെങ്കിലും സ്ഥലമുള്ളവർ പറഞ്ഞു. പടുമരങ്ങളും മുൾച്ചെടികളും വളർന്നു.

നമ്പ്യാത്തൻ നമ്പൂതിരി രണ്ടു കൈയും എളിയിൽവച്ച് വീടിനു ചുറ്റും നടന്നു. ആരും വരുന്നില്ല. മനയ്ക്കലെ വടക്കോറത്ത് പൂച്ച പോലുമില്ല. പൂണൂലിട്ട മാറിലെ വിയർപ്പും വേദമന്ത്രങ്ങളുരുവിടുന്ന മുഖത്തെ നിശ്വാസവും പ്രിയമേറുന്ന തരുണീമണികൾ. അകായിലെ ഇരിക്കണമ്മമാർ-ഇല്ല.

ആരും തിരിഞ്ഞുനോക്കുന്നില്ല. അദ്ദേഹം പൂമുഖത്തേക്കു വന്നു. ചാരുകസാലയിൽ നടു നിവർത്തി ഇരുന്നു. പതിവു ജോലി, പഴയ ജോലി ആരംഭിച്ചു.

ഉമ്മറത്തിരിപ്പും മുറുക്കിത്തുപ്പും.!

ആരൊക്കെയോ വരുന്നുണ്ടല്ലോ! എഴുന്നേൽക്കണോ! തിരുമേനി സംശയിച്ചു. കുറേ പേരുണ്ട്. പഴയ മനുഷ്യർ. അവർ ഷർട്ടിട്ടിട്ടില്ല. മുഷിഞ്ഞ വസ്ത്രങ്ങൾ, ചിലർക്കു തലയിൽ കെട്ടുണ്ട്. ചില തലകളിൽ പാളത്തൊപ്പികൾ. അവർ കൂട്ടമായി പറയുന്നു.

തമ്പ്രാ ഒന്നു പുറത്തു വരൂ. തമ്പ്രാ. ഞങ്ങളെ, എങ്ങളെ ഏറ്റെടുക്കൂ തമ്പ്രാ, കണ്ടാ പൂമിയൊക്കെ തരിശു കെടക്കുണ തമ്പ്രാ. ഞങ്ങൾ മണ്ണിൽ നിന്നു വരുന്നവരാ. പാടങ്ങളിൽ നെല്ലു വിളയാൻ ഉഴുതുമറിക്കാൻ. പൊന്നിൻ കതിർക്കുല വിളയാൻ പൂമിക്കു നാഥനാവൂ തമ്പ്രാ...

സ്വപ്നമോ യാഥാർത്ഥ്യമോ എന്ന സന്ത്രാസത്തിൽ മിഴിച്ചു നിൽക്കേ അവരുടെ മണ്ണിന്റെ പാട്ട് അദ്ദേഹം കേൾക്കുകയായിരുന്നു.

നേരം പോയ് നേരം പോയ്
പുക്കൈതാ മറപറ്റ്യേയ്..
കുന്നും കോഴി കുളക്കോഴ്യേ തത്തിത്തത്തി പാറുന്നേയ്...!

■

അക്ഷരായനം

പി.യു.ടി-പുട്ട്!!

സി.യു.ടി കട്ട്, ഛെ! മ്ലേച്ഛൻ! സി.യു.ടി. സുട്ട് എന്നു പറഞ്ഞൂടെ! ഇതാണീ വെള്ളക്കാരന്റെ കുഴപ്പം! പറയണതൊന്ന് പ്രവൃത്തി വേറൊന്ന് എഴുതണതും പറയണതും വേറെ വേറെ!

ശ്രീരാമകൃഷ്ണൻ മുൻഷി ഇടയ്ക്കിടെ പറയും, ചെറുപ്പം മുതൽ മനസ്സിലൂന്നിയ വികാരമാണത്. അക്ഷരോച്ചാരക ഭാഷ എത്രയോ മനോഹരം! എന്നിട്ടും വ്യവസ്ഥയില്ലാത്ത ഇംഗ്ലീഷിൽ ഭ്രമിച്ച് മനുഷ്യർ പഠനവും അദ്ധ്യയനവും നടത്തുന്നു.

ഉള്ള അഭിപ്രായം എല്ലാവരോടും തുറന്ന് പറഞ്ഞ് ശ്രീരാമകൃഷ്ണ മുൻഷി വിദ്യാർത്ഥികളെ മലയാളവും ഇംഗ്ലീഷും ശാസ്ത്രവും പഠിപ്പിച്ചു. മുൻഷി അദ്ധ്യാപനത്തിൽ അൽപം മാമൂൽ പിടിത്തക്കാര നാണെന്നദ്ദേഹം തന്നെ സമ്മതിക്കും. മലയാളവും സംസ്കൃതവും ഐച്ഛികഭാഷകളായതിനാൽ അവ പഠിപ്പിക്കുന്നതിലദ്ദേഹം ഊന്നൽ കൊടുത്തു. സഹപ്രവർത്തകരെ കുട്ടികളും രക്ഷിതാക്കളും മാഷ് എന്നും സാറെന്നും വിളിക്കുമ്പോൾ അദ്ദേഹം തിരുത്തും. നമ്മുടെ ദേശീയപ ദം മുൻഷി എന്നാണ്. എന്നെ വിളിക്കുന്നതങ്ങനെ മതി.

ശ്രീരാമകൃഷ്ണൻ മാസ്റ്ററുടെ അച്ഛൻ നാരായണനെഴുത്തച്ഛനും മുത്തച്ഛൻ വേലപ്പൻ എഴുത്തച്ഛനും മാഷെന്നവിളി ഇഷ്ടപ്പെട്ടില്ല. നാരായണമുൻഷി, വേലപ്പമുൻഷി, എഴുത്തച്ഛൻ മാഷ് എന്നു പറ യുന്നതിനേക്കാൾ വിളിക്കാർക്ക് മുൻഷി തന്നെയായിരുന്നു എളുപ്പം.

കുടിപ്പള്ളിക്കൂടത്തിൽ കുട്ടികളെ എഴുത്തിനിരുത്തി പഠിപ്പിച്ചിരുന്ന കുടുംബപാരമ്പര്യം. അദ്ധ്യാപകനായില്ലെങ്കിലും മറ്റു ജോലി

യിലേർപ്പെട്ടാലും വേലപ്പനെഴുത്തച്ഛന്റെ മക്കൾ മുൻഷിമാരായി അറിയപ്പെട്ടു. വീട്ടുപേര് മുൻഷിത്തൊടിയിൽ എന്നായി.

മുൻഷിത്തൊടിക്കാരുടെ കുടിപ്പള്ളിക്കൂടം എൽ.പി.സ്കൂളും ഹൈസ്ക്കൂളുമായി ഉയരുമ്പോഴും മുൻഷി പദത്തിനോ പദവിക്കൊ മാറ്റമുണ്ടായില്ല.

വേലപ്പനെഴുത്തച്ഛൻ മണലിലെഴുതിയാണ് അക്ഷരം പഠിപ്പിച്ചിരുന്നത്. മകനും പേരമകനും ആ പരമ്പരയിൽപ്പെടുന്നു. ശ്രീരാമകൃഷ്ണൻ മുതിർന്നപ്പോഴേക്കും മുൻഷി വേലപ്പനെഴുത്തച്ഛൻ കാലയവനികയിൽ മറയുകയും നിലത്തെഴുത്തു സമ്പ്രദായം നിലയ്ക്കുകയും ചെയ്തു. ശ്രീരാമകൃഷ്ണ മുൻഷി ആ പാരമ്പര്യത്തിലിന്നും അഭിമാനം കൊള്ളുന്നു. വിദ്യാരംഭം തൊട്ട് പതിനഞ്ച് ദിവസം അദ്ദേഹം മണലിലെഴുത്ത് കുഞ്ഞുങ്ങളെ പരിശീലിപ്പിച്ചു.

ചാണകം മെഴുകിയ നിലത്ത് വട്ടത്തിൽ മണലിട്ട് ചമ്രംപടിഞ്ഞിരുന്ന് വലതുകൈയിന്റെ ചൂണ്ടുവിരലും നടുവിരലും കൂട്ടിപിടിച്ചദ്ദേഹം എഴുതിച്ചു.

''ഹരി, ശ്രീ ഗണപതയെനമഃ

അവിഘ്നമസ്തു ശ്രീ ഗുരുഭ്യോനമഃ''

പിന്നെ ചൊല്ലിക്കും. കുജന്തം രാമ രാമേദി, മധുരം മധുരാക്ഷരം, ആരുഹ്യ കവിതാശാഖാം വന്ദേമാൽമീകി കോകിലം.

വിരൽനൊന്ത് സിരകളിലൂടെ മസ്തിഷ്കത്തിലെത്തുന്ന അക്ഷരബോധം ആജീവനാന്തരം അങ്ങനെ നിലകൊള്ളുമെന്ന് മുൻഷി കുടുംബത്തിന്റെ തത്ത്വോപദേശമാണ്. അടുത്ത കാലത്ത് മൂന്നാം ക്ലാസ്സിലെ ഒരു കുട്ടി പരീക്ഷയ്ക്കു വന്ന ഒരു ചോദ്യത്തിന്റെ ഉത്തരം ഇങ്ങനെ എഴുതി. ചേരരാജാക്കൻമാരിൽ പ്രമുഖൻ? വേലപ്പൻ എഴുത്തച്ഛൻ.

ഒരു ഫലിതം പോലെ തോന്നാമെങ്കിലും ശ്രീരാമകൃഷ്ണ മുൻഷിയ്ക്കഭിമാനമാണുണ്ടായത്. ആ കുട്ടിയ്ക്കങ്ങനെ തോന്നിയെങ്കിലെന്താണ് തെറ്റ്!

മുൻഷി ശ്രീരാമകൃഷ്ണൻ ആദ്യമായും അവസാനമായും അദ്ധ്യാപകനായി. അക്ഷരോച്ചാരകഭാഷ അക്ഷരസ്ഫുടതയില്ലാതെ പഠിക്കരുത്. പഠിപ്പിയ്ക്കരുത്. മേശപ്പുറത്ത് തെവുടിപ്പിച്ചെടിയുടെ കോൽതോലുകളഞ്ഞുണ്ടാക്കിയ വടി നീണ്ട ജുബ്ബയുടെ പോക്കറ്റിൽ പൊടിഡപ്പി. ക്ലാസിൽനിന്നും മാസ്റ്റർ ഓരോനുള്ളു പൊടിവലിക്കും. ഒരു വലികഴിഞ്ഞാൽ ഒരു കുട്ടിയ്ക്ക് ഒരടി ഉറപ്പാണ്. ശ്ലോകമാണ് തെറ്റിച്ചൊല്ലുന്നതെങ്കിൽ ചെവിപിടിച്ച് വലിച്ചിട്ട് മുന്നോട്ടും പിന്നോട്ടും തിരുമ്മി വലിച്ചുവിട്ട് കൈമുഷ്ടികൊണ്ട് മണ്ടയ്ക്ക് ടും എന്ന് ഫുൾസ്റ്റോപ്പിടും.

വടിമുൻഷി, മുൻഷിമാഷ് എന്നിങ്ങനെ വളിപ്പേരുണ്ടെങ്കിലും ശ്രീരാമകൃഷ്ണൻ മുൻഷിയെ വിദ്യാർത്ഥികൾക്കും രക്ഷിതാക്കൾക്കും ഇഷ്ടമായിരുന്നു. ശിഷ്യരെ മക്കളെ എന്നുവിളിച്ചു. സഹപ്രവർത്തകരെ സഹോദരാ എന്നു വിളിച്ചു. പ്രധാനാദ്ധ്യാപകനെ തിരുമേനി എന്നും.

ശ്രീരാമകൃഷ്ണൻ യുവാവായപ്പോൾ നാരായണൻ മാസ്റ്റർക്ക് ആലോചനവന്നു. ഒരു വിവാഹം കഴിപ്പിക്കുക. ഒരദ്ധ്യാപികയോ അങ്ങിനെയാകാൻ യോഗ്യതയുള്ള ഒരു പെൺകുട്ടിയേയോ ആലോചിക്കുക.

അച്ഛൻ മകനെ വിളിച്ചു. ശ്രീക്കുട്ടാ നമുക്കൊരു കുടുംബമൊക്കെവേണ്ടേ. ഒന്നാലോചിച്ചാലോ.

ആവാം! നിസ്സംഗതയോടെ ശ്രീരമാകൃഷ്ണന്റെ മറുപടി.

നമ്മുടെ ഒരകന്ന ചാർച്ചയില് വീട്ടിക്കാട്ട് പുത്തൻ പുരേല് ഒരാമ്മാമായിടെ കുട്ടി ബി.എഡ്ഡിന്നു പഠിയ്ക്കണ്ണ്ട്. ഒരു മിസ്ട്രസ്സു തന്നെ ആയിക്കോട്ടേല്ലേ?

വേണന്നില്ല്യ- ശ്രീരാമകൃഷ്ണന്റെ മറുപടി.

അതെന്താടോ അതല്ലേ സുരക്ഷിതം മുൻഷിവളപ്പ്ല് അല്ലെങ്കിൽ പി.എസ്.സി. എഴുതി ഏതെങ്കിലും ഒരു സ്ഥാപനത്തില് നമ്മുടെ പാരമ്പര്യത്തിനും സ്വജനമര്യാദയ്ക്കും അങ്ങനെയല്ലേ നല്ലത്.?

നല്ല ഭാഷ സംസാരിക്കാനറിയണം. എഴുതാനും വായിക്കാനുമറിഞ്ഞാൽ മതി. കേട്ടവർ ചിരിച്ചു. ഒന്റൊരു കാഴ്ചപ്പാട് നാരായണ മുൻഷി അഭിപ്രായപ്പെട്ടു. ഇന്റർവ്യുകൾ നടന്നു. നേരിൽ സംസാരിച്ചശേഷം ശ്രീരാമകൃഷ്ണൻ അഭിപ്രായപ്പെട്ടു.

വ്യുൽപത്തി പോര. സംസാരം അനുനാസികമാണ്.

വേലപ്പൻ എഴുത്തച്ഛൻ സ്വാഗതമെന്നോണം പറഞ്ഞു. ഓൻ വ്യുൽപത്തിയും അക്ഷര സ്ഫുടതയും നോക്കി നോക്കി മണ്ണാന്റെ മൂരി പോലെ പ്രായമാകും. സഹാദ്ധ്യാപികയും ഭാഷാസ്നേഹിയുമായ വിലാസിനി ടീച്ചർ ഓരോ പെണ്ണുകാണലിനു ശേഷവും മുൻഷിയോടു ചോദിക്കും.

എന്തായി?

എനിയ്ക്കങ്ങു ബോധ്യമായില്ല സഹോദരി. സംസാരം ഉഴപ്പാണ്.

ഈ മാഷടെ ഒരു കാര്യം.-!

ആ പഴയ വിദ്യാർത്ഥിനി പറഞ്ഞു. വിലാസിനി കൺകോണു കൊണ്ടു നോക്കി തല വെട്ടിച്ചു. ശ്രീരാമകൃഷ്ണൻ നിസ്സംഗത കാത്തു സൂക്ഷിച്ചു.

കാലം കാത്തുനിന്നില്ല. വിദ്യാലയത്തിൽ കുട്ടികൾ വരികയും പോവുകയും ചെയ്തു. ശ്രീരാമകൃഷ്ണൻ പ്രധാന അധ്യാപകനായി. നാൽപതു കഴിഞ്ഞിട്ടും അവിവാഹിതയായി കഴിയുന്ന വിലാസിനി ടീച്ചറെ ഫസ്റ്റ് അസിസ്റ്റന്റ് എന്ന നിലയിൽ ശ്രീരാമകൃഷ്ണൻ മാസ്റ്റർക്ക് പലപ്പോഴും അവരെ വിളിക്കേണ്ടിവന്നു.

ഒരൊഴിവു സമയം വിലാസിനി ടീച്ചർ മുൻഷിക്കടുത്തു നിന്നു. എന്തോ ആലോചിച്ചുകൊണ്ടിരുന്ന ശ്രീരാമകൃഷ്ണൻ മുൻഷി അവരെ കണ്ടില്ല.

മാഷ് അവർ വിളിച്ചു.

എന്തേ കുട്ടി. അദ്ദേഹം ചോദിച്ചു. വിലാസിനി ഒന്നു കുണുങ്ങി. മുൻഷി അവരെ ഒന്നു നോക്കി.

മുൻഷി സാൻ ഇനി ആരെയാണു കാത്തുനിൽക്കുന്നത്?

ഞാൻ എത്രയായി പ്രതീക്ഷിക്കുന്നു ഇനിയും മനസ്സിലായില്ല്യാന്നു വെച്ചാൽ–

അവർ തലതാഴ്ത്തി. ശബ്ദം ഇടറി. ഞാൻ കാത്തു നിൽക്കണോ ഇനിയും– ശ്രീരാമകൃഷ്ണൻ മാസ്റ്റർ ഒരു നിമിഷം വല്ലാതായി. ഒന്നു രണ്ടു ക്ലാസ്സുകളിൽ അവൾ തന്റെ വിദ്യാർത്ഥിനിയായിരുന്നു. പിന്നെ സഹാദ്ധ്യാപികയായി. അതിലപ്പുറം അവൾ പ്രതീക്ഷിച്ചിരുന്നിരിക്കാം. അദ്ദേഹം മുൻഷിയായി. വേണ്ട – ഈ അമ്പതാം വയസ്സിൽ ഒരു ബാന്ധവം വേണ്ട വിലാസിനീ. നിനക്കിനിയും വൈകീട്ടില്ല.

വിലാസിനി ടീച്ചറിൽ നിന്നുയർന്ന നിശ്വാസം മുൻഷിയെ എഴുന്നേൽപ്പിച്ചു. അവരുടെ കണ്ണുകൾ നിറഞ്ഞിരുന്നു.

ഉം? നീ–നീയെന്തേ കരയുന്നു.

അദ്ദേഹം അവരുടെ താടിപിടിച്ചുയർത്തി. നീ വിഷാദപ്പെടല്ലേ കുട്ടീ. നിനക്കെന്റെ മനസ്സിൽ ഒരു സ്ഥാനമുണ്ട്. അതെന്റെ ഭാര്യയായിട്ടല്ല. എന്റെ വിദ്യാർത്ഥിയായി. അക്ഷരമാലയായി, ഞാൻ സ്നേഹിക്കുന്ന എന്റെ ഭാഷയായി.

വാതിലുകളടയ്ക്കാൻ നടന്നിരുന്ന പ്യൂൺ അവരെ കണ്ടു. ആരോ എത്തിനോക്കി. ഉം ഊം... ചിലർ മൂളി.

വൃദ്ധനായ നാരായണ മുൻഷിയോടാരോ പറഞ്ഞു.

ഉവ്വോ? ഏയ് അങ്ങനെ ഉണ്ടാവില്ല. അഥവാ ഉണ്ടെങ്കിലതു നീട്ടണ്ട. വയസ്സൊന്നും നോക്കണ്ട.

ഒരു ദിവസം കേട്ട വാർത്ത ജനത്തെ നടുക്കി. മുൻഷി ശ്രീരാമകൃഷ്ണൻ പ്രഭാതസവാരിക്കിടെ തലകറങ്ങി വീണു. മുൻഷി ഭവനത്തിൽ ആളുകൾ തിങ്ങിക്കൂടി. ഗ്രാമത്തെ അക്ഷരലോകത്തേയ്ക്കുയർത്തിയ മഹാശയൻ.

മുൻഷിയുടെ ശിരസ്സിനടുത്ത് പഴയവരും പുതിയവരുമായി ശിഷ്യർ നിരന്നു. അവരുടെയെല്ലാം കൈകളിൽ നിവർത്തിയ ഗ്രന്ഥങ്ങൾ.

ചില ശബ്ദങ്ങളുയർന്നു. കുജന്തം രാമരാമേതി മധുരം മധുരാക്ഷരം! ഈ വന്ന മോഹമകലെപ്പോവതിന്നു പുന–രീവണ്ണമുള്ളൊരുപദേശങ്ങളില്ലുലകിൽ! നാരായണ സമസ്കൃത്യാ, നരം ചൈവനരോത്തമം...!! യഥാക്രമം അദ്ധ്യാത്മരാമായണവും ഹരിനാമ കീർത്തനവും മഹാഭാരത ശ്ലോകങ്ങളും അക്ഷരങ്ങളായി, അക്ഷരമാലകളായി, ശബ്ദങ്ങളായി, ഈണങ്ങളായി ഉയർന്നു. പുസ്തകത്താളുകളിൽ നിന്നവയെഴുന്നേറ്റു കുഞ്ഞുങ്ങളായി രൂപം കൊണ്ടു അവർ ആദ്യം കൂട്ടമായി പിന്നെ വരി വരിയായി നടന്നു.

കൂടിനിന്ന പരശ്ശതം മനുഷ്യരുടെ നഗ്നനേത്രങ്ങളിൽ അപ്രത്യക്ഷമായി......!

■

പച്ചപരമാർത്ഥി

പരശുരാമയ്യർ മാസ്റ്റർ ഇടയ്ക്കു പറയാറുള്ള പഴമൊഴിയാണ് പച്ചപരമാർത്ഥിക്കു പനങ്കഴു എന്നാണു പറയുക എന്നത്. തന്നെ അകാരണമായി കുറ്റക്കാരിയാക്കിയ മാസ്റ്ററോട് ഒടുവിൽ മാലതിടീച്ചർ പറഞ്ഞു. പരശുരാമയ്യരേ, നിങ്ങളെന്റെ ഗുരുനാഥനാണ്. പച്ചപ്പരാമാർത്ഥി പനങ്കഴുവാണെന്ന് ഞാൻ മനസ്സിലാക്കി.

പ്രൊഫസർ ചെറുകാടിന്റെ പ്രസിദ്ധകഥയായ പനങ്കഴു കുട്ടിക്കാലത്തു തന്നെ ശ്യാമളടീച്ചർ വായിച്ചിട്ടുള്ളതാണ്. അമ്മയും അമ്മാവനും നല്ല വായനക്കാരും പൊതുകാര്യതൽപരരുമായിരുന്നു. അമ്മാവൻ ചീരാത്ത് ഗോവിന്ദൻനായർ സ്വാതന്ത്ര്യസമരഭടനായിരുന്നു. നാട്ടിലെ വിദ്യാലയത്തിൽ മരുമകളെ ഒരദ്ധ്യാപികയാക്കുകയെന്നത് ഗോവിന്ദൻ നായരുടെ ആഗ്രഹമായിരുന്നു. താൻ സ്ഥാപിച്ച സ്കൂൾ പിന്നീട് നാട്ടിലെ പൗരമുഖ്യരായ ഏതാനും പേർ ചേർന്ന് ഒരു ട്രസ്റ്റ് രൂപീകരിച്ച് എളമ്പുള്ളിശ്ശേരി എയ്ഡഡ് അപ്പർ പ്രൈമറി സ്കൂളായി. ആദ്യകാലത്ത് പ്രമുഖരായ അദ്ധ്യാപകരായിരുന്നു എളുമ്പുള്ളിശ്ശേരിയിൽ. സംഘടനാ നേതാക്കളും ദേശീയ അവാർഡു നേടിയവരും സ്കൂളിന്റെ പ്രശസ്തി വർദ്ധിപ്പിച്ചു. സംസ്ഥാന മന്ത്രിമാരും മുഖ്യമന്ത്രിമാരും പലപ്പോഴായി സ്കൂൾ സന്ദർശിച്ചിട്ടുണ്ട്.

എം.എയും എം.എഡ്ഡും എം.ഫില്ലും ബിരുദമെടുത്ത ശ്യാമള എന്തിനാണ് പ്രൈമറിസ്കൂൾ അദ്ധ്യാപികയായത് എന്നു ചോദിച്ചവരുണ്ട്. ഇതെന്റെ അമ്മാവന്റെ ആഗ്രഹമാണ്. എളമ്പുള്ളിശ്ശേരി സ്കൂളിലെ അദ്ധ്യാപികയാവുന്നത് എന്റെ അഭിമാനവും സ്വാതന്ത്ര്യവുമാണ്. അവ

രുടെ കുടുംബ പാരമ്പര്യമറിയാവുന്നവർതലകുലുക്കിയംഗീകരിച്ചു.

വായനയും എഴുത്തും ശ്യാമളടീച്ചറുടെ മൗലികസ്വഭാവമായിരുന്നു. ഗോഡ് ഓഫ് സ്മാൾ തിംഗ്സ് എന്ന നോവൽ അരുന്ധതീറോയിയുടെ കൈയൊപ്പോടെയാണ് വാങ്ങിയത്. ഓരാവേശത്തിന്നത് മലയാളത്തിലേക്ക് തർജ്ജമ ചെയ്തു. പുസ്തകം സഹപ്രവർത്തകരെ കണ്ടു വായിപ്പിച്ചു. പേൾ ബക്കിന്റെ 'നല്ലഭൂമി'യും വിക്ടർഹ്യൂഗോവിന്റെ 'പാവങ്ങളും' വിദ്യാർത്ഥികൾക്കു വായിച്ചു കൊടുത്തു. അവരെക്കൊണ്ടു വായിപ്പിച്ചു.

സ്കൂൾ യുവജനോത്സവങ്ങളിലെ കലാസാഹിത്യ മത്സരങ്ങളിൽ വിധികർത്താവായി ശ്യാമളടീച്ചർ വിളിക്കപ്പെട്ടു. കവിതാലാപനങ്ങളിൽ, കഥാരചനകളിൽ വിധിനിർണ്ണയത്തിൽ ശ്യാമളടീച്ചറുടെ അഭിപ്രായം ആധികാരികമായി.

പഠനത്തിലും പഠ്യോതര പ്രവർത്തനങ്ങളിലും എളമ്പുള്ളിശ്ശേരി ഒന്നാം നിരയിലായി. മുമ്പും സ്കൂൾ പ്രസ്ദ്ധമായിരുന്നു. ശ്യാമളടീച്ചർ പ്രശസ്തയിൽ പുതിയ തൂവലുകൾ സൃഷ്ടിച്ചു.

സ്കൂളിന്റെ നല്ല കാലത്തിന് ചില കാറ്റും കോളും വീശി. സ്കൂൾ മാനോജ്മെന്റു കമ്മിറ്റിയിൽ അഴുച്ചുപണികൾ നടന്നു. പഴയ എട്ടംഗങ്ങളുടെയും മക്കളായി മനേജുമെന്റംഗങ്ങൾ. അവർ യോഗം ചേർന്ന് പുതിയ തീരുമാനങ്ങളെടുത്തു. ഏതു സ്ഥാപനവും ഇന്നു നടത്തിക്കൊണ്ടുപോകാൻ പണച്ചിലവുണ്ട്. പണം മുടക്കിയാൽ അതു തിരിച്ചുകിട്ടണം. പറ്റുമെങ്കിൽ പലിശ സഹിതം നമ്മുടെ കാരണവന്മാർ പല വിഡ്ഢിത്തവും ചെയ്തിട്ടുണ്ടാവും. അന്ന് ഏറ്റവും വലിയ ധനം വിദ്യാധനമായിരുന്നു. അദ്ധ്യാപനം രാഷ്ട്രസേവനമായിരുന്നു. കാലത്തിനു മാറ്റമുണ്ടായി.

പുതിയ മാനേജരായി തിരഞ്ഞെടുത്ത നാരായണനുണ്ണി അഭിപ്രായപ്പെട്ടു. പുതിയതായി അഞ്ചു നിയമനങ്ങൾ വരുന്നുണ്ട്. നമ്മൾ ഏകോപിച്ച് ഒരേ തീരുമാനമെടുക്കാം.

നിയമനത്തിന് പണം വാങ്ങണമെന്നതിൽ അവർ ഒരേ അഭിപ്രായത്തിലെത്തി. അതെത്രവേണം, ആരുവാങ്ങും, ട്രഷററായി നിശ്ചയിച്ച ഗോവിന്ദൻ കുട്ടിയ്ക്ക് സാമ്പത്തികകാര്യങ്ങൾ താൻ തന്നെ നോക്കണമെന്ന വാശി. പത്തുലക്ഷം മുതൽ ഇരുപതുവരെ ഒരാളിൽ നിന്ന് ഒരു ലേലം പോലെ നടത്തുക. സ്വകാര്യമായിരിക്കണം. വൈസ്പ്രസിഡണ്ടായ തോമസ്സുകുട്ടി പറഞ്ഞു.

സ്കൂൾ അദ്ധ്യപകനിയമനം സാമ്പത്തികാടിസ്ഥാനത്തിലായി. സ്ത്രീപുരുഷഭേദമില്ല. ചുരുങ്ങിയത് പത്തുലക്ഷവും പരിധി ഇരുപതുമെന്നു തീരുമാനിച്ചു. കോഴയുടെ ഈ ഇരുപതിനുപുറമേ ശിപാർശ ചെയ്യുന്ന മാനേജർക്ക് സ്വകാര്യമായി എത്രയുമാവാം. പല തവണയായി പത്താംക്ലാസ്സു പരീക്ഷയെഴുതിയവർ തവണകളായി ടി.ടി.സിയും ബിം. എഡും പാസ്സായി മെറിറ്റിൽ ജോലികിട്ടാത്തവർ. ഗൾഫുകാരുടെയും സ്വർണ്ണവ്യാപാരികളുടെയും റിയൽ എസ്റ്റേറ്റ് ബിസിനസ്സുകാരുടേ

യും പത്നിമാർ, മക്കൾ..!! അപേക്ഷകർ നിരവധിയായി.

പതിനഞ്ചുലക്ഷം കമ്മിറ്റിയിൽ വെയ്ക്കാനും സ്വകാര്യമായി അഞ്ചുലക്ഷം സ്വന്തമായെടുക്കാനും ഓരോ അംഗവും രഹസ്യ അജണ്ടയിട്ടു. അഞ്ചുനിയമങ്ങൾ നടന്നു, രണ്ടു പുരുഷന്മാരും മൂന്നു വനിതകളും. ഒരു അറബിക്കും ഒരു സംസ്കൃതവും ഒരു ഹിന്ദിയും കൂടി വേണം. അതിന്റെ നിലവാരം അമ്പതുവരെയെത്തി. മാനേജൻ നാരായണനുണ്ണി നിയമനം നടത്തിയ ശേഷമാണ് മറ്റ് ഏഴംഗങ്ങൾ അറിഞ്ഞത്. അവിടം മുതലാരംഭിച്ചു സ്കൂളിന്റെ കഷ്ടകാലം.

ഏഴുപേർ വീണ്ടും പിളർന്നു. നാരായണനുണ്ണിയെ അനുകൂലിക്കാൻ മൂന്നുപേരുണ്ടായി. അങ്ങിനെ മാനേജർമാർ നാലും നാലുമായി. പ്രശ്നം കോടതിയിലെത്തി. നാലു പേരുടെ നേതാവ് രാമൻകുട്ടി മേനോൻ കോടതിയിലെത്തി. മാനേജുമെന്റു കമ്മിറ്റി വിളിച്ചു ഭൂരിപക്ഷമുണ്ടാക്കിയല്ലാതെ നാരായണനുണ്ണിയെ മാനേജുമെന്റു നേതൃത്വത്തിൽ നിന്നും മാറ്റാനാകില്ല. മാനേജുമെന്റു കമ്മിറ്റി വിളിക്കാൻ കോടതി ഉത്തരവായി. നാരായണനുണ്ണി തന്റെ അനുകൂലികളെ വിളിച്ചു കൂട്ടി. മാനേജുമെന്റുകമ്മിറ്റി കൂടി. സ്കൂളിന്റെ ഭരണം നാരായണനുണ്ണിയുടെ കൈയിൽ.

ഇത്തരം പ്രശ്നങ്ങളൊന്നും സ്കൂളിന്റെ ആഭ്യന്തരകാര്യങ്ങളിൽ ബാധകമാക്കാതെ ഹെഡ്മാസ്റ്റർ ചന്ദ്രശേഖരൻ നടത്തിപ്പോന്നു. രാമൻകുട്ടിമേനോനെ അനുകൂലിക്കുന്ന ഏതാനും പേരുണ്ടായി. പണം കൊടുത്തിട്ടാണെങ്കിലും തങ്ങൾക്കു ജോലി തന്നത് അദ്ദേഹമാണല്ലോ. ഇരുപത്തഞ്ചു പേരുള്ള സ്റ്റാഫിൽ പകുതിയിലേറെ പേർ നാരായനുണ്ണിയോടനുഭാവമുള്ളവരാണെന്ന് ചന്ദ്രശേഖരൻമാസ്റ്റർ ഊഹിച്ചറിഞ്ഞു. മെയിന്റനൻസുഗ്രാന്റിനും ലീവപേക്ഷകൾ ഒപ്പുവെയ്ക്കാനും മറ്റുമായി ഹെഡ്മാസ്റ്റർക്ക് നാരായണനുണ്ണിയെ ഇടയ്ക്കിടെ കാണേണ്ടിവന്നു. പലരും കരുതി ഹെഡ്മാസ്റ്റർ ഉണ്ണിപക്ഷക്കാരനാണ്....

ആരെയും മുഷിപ്പിക്കാതെ സഹപ്രവർത്തകരുടെ പാകപ്പിഴകൾ കണ്ടില്ലെന്നു നടിച്ചു നയപരമായി നീങ്ങിയ ചന്ദ്രശേഖരൻ മാസ്റ്റർ റിട്ടയേഡായി. ഫസ്റ്റ് അസിസ്റ്റന്റായി രണ്ടുപേർ ഒരേ സർവ്വീസിൽ നിൽക്കുന്നു. ശ്യാമളയും രാധാമണിയും.

വിദ്യാഭ്യാസയോഗ്യതയുള്ള ശ്യാമളടീച്ചർക്ക് ഹെഡ്മിസ്ട്രസ് പദവി സ്വാഭാവികമായും ലഭിക്കണം. രണ്ടുപേരും ഒരേ വയസ്സുള്ളവർ, ഒരേ ദിവസം ചേർന്നവർ തനിയ്ക്കും ഹെഡാവാം. രാധാമണിടീച്ചർ നാരായനുണ്ണിയോടും രാമൻകുട്ടിമേനോനോടും പറഞ്ഞു. ടി.ടി.സിയും എസ്.എസ്.എൽ.സിയും മാത്രമുള്ളയാൾക്ക് എം.എ.,എം.എഡ്ഡ്., എംഫില്ലിനെ മറികടക്കാനാവില്ല. ശ്യാമള ടീച്ചർ ഹെഡ്മിസ്ട്രസ്സായി.

സ്റ്റാഫിന്നിടയിലും മാനേജർമാരിൽ ചിലർക്കും ശ്യാമളടീച്ചറോട് വിപതിപത്തിയുണ്ട്. അവർ അഭിപ്രായം പറയാറുണ്ട്. അവർ ഒരു ഒറ്റയാനാണ്. പണ്ഡിതയാണെന്ന തണ്ടുമുണ്ട്. ഫാഷൻ വസ്ത്രങ്ങൾ ധരിക്കും.

മുടിയുലർത്തി നടക്കും, അധികം സംസാരിക്കാറില്ല. ആരോടും ഇടപഴകില്ല. ചെറുപ്പക്കാരിയായ ഗീതാറാണി പറഞ്ഞു. ഓ എന്താ പവറ്! എന്നെക്കാൾ ഗ്ലാമറുണ്ടെന്നാ ഭാവം! അകാല ചെറുപ്പം.!!

ശ്യാമള ടീച്ചർ പരാമർശങ്ങൾ കേട്ടെങ്കിലും അറിഞ്ഞില്ലെന്നു നടിച്ചു. ഹെഡ്മിസ്ട്രസ്സ് വിളിച്ച ആദ്യത്തെ സ്റ്റാഫ് മീറ്റിങ്ങിൽ അവർ സംബോധന ചെയ്തു.

സഹപ്രവർത്തകരെ-നമ്മളെല്ലാം ഒരു പുതിയ അദ്ധ്യയനവർഷത്തിലേയ്ക്കു പ്രവേശിക്കുകയാണ്. നമ്മുടെ സ്കൂളിന് ഒരു കാലത്തമുണ്ടായിരുന്ന പേരും പെരുമയും നിങ്ങൾ കേട്ടറിഞ്ഞിട്ടുള്ളവരാണല്ലോ. ഞാൻ അനുഭവിച്ചറിഞ്ഞവളാണ്. അടുത്ത കാലത്ത് അതിനു ചില മങ്ങലേറ്റിട്ടുണ്ടെന്നും നിങ്ങൾക്കറിയാം.

പുറത്തെന്തു നടന്നാലും സ്കൂൾപഠനം അക്കാദമിക് കാര്യങ്ങളിൽ നമ്മൾ കൃത്യനിഷ്ഠരാവണം.

വിദ്യാലയം ഒരു സരസ്വതീക്ഷേത്രമാണ്. നാം ചെയ്യുന്ന അക്ഷരപൂജ യഥാർത്ഥത്തിൽ ദേവീപൂജയാണ്. നിങ്ങൾ ഏതു തത്വശാസ്ത്രത്തിൽ വിശ്വസിച്ചാലും ഈയൊരു ബോധം മനസ്സിലുണ്ടാകുന്നത് നന്ന്. നിങ്ങൾക്കൊരിയ്ക്കലും തെറ്റു ചെയ്യാനാവില്ല.

ഹിന്ദിടീച്ചർ ഉഷാദേവിയും അറബിക്കിന്റെ സൈനബയും ഗീതയും പരസ്പരം നോക്കി ചിരിച്ചു. ഗീതാറാണി പറഞ്ഞു. ''ഒരു പ്രൈമറി ഹെഡ്മിസ്ട്രസ്സല്ലെ, ഡിപിഐ ഒന്നുമല്ലല്ലോ.!''

കൃത്യമായി ക്ലാസിൽ പോകണം ടീച്ചിങ്ങ് നോട്ട്സ് ഓരോ ആഴ്ചയും എച്ച്.എമ്മിനെ കാണിച്ച് ഒപ്പുവെപ്പിക്കണം. പതിനഞ്ചുമിനുട്ടിലധികം ലേറ്റായാൽ ഹാജർ പട്ടികയിൽ ലേറ്റുമാർക്കു ചെയ്യും. തുടർച്ചയായി അഞ്ചുദിവസം ലേറ്റുമാർക്കായാൽ ഒരു ദിവസത്തെ ലീവായി കണക്കാക്കും.

ശ്യാമളടീച്ചറുടെ നിബന്ധനകൾ പലർക്കും രുചിച്ചില്ല. അത്യാവശ്യം സൈഡുബിസിനസ്സുള്ള അദ്ധ്യാപകർക്കത് അരോചകമായി. പഞ്ചായത്തു മെമ്പറും റിയൽ എസ്റ്റേറ്റു ബിസിനസ്സുമുള്ള അജിത്തിന് തീരെ പറ്റാതായി. മൊബൈലിൽ നിരന്തരം കോളുവരുന്ന അജിത്തിനെ ഹെഡ്ടീച്ചർ ഒരു ദിവസം വിളിപ്പിച്ചു.

മാഷെ, ക്ലാസിൽ പോകുമ്പോൾ മൊബൈൽ കൊണ്ടുപോകേണ്ട, ഓഫീസിൽ തന്നോളൂ. ഞാൻ സൂക്ഷിച്ചോളാം.

സഹാദ്ധ്യാപകർ പിറുപിറുത്തു. ഒരു പെണ്ണിന്റെ മേൽക്കോയ്മ എങ്ങിനെ പൊറുക്കും.

മാനേജുമെന്റു തർക്കം പൊതുതർക്കമായി. മെയിന്റനൻസ് ഗ്രാന്റു ലഭിക്കാതെയായി. മാനേജർ നാരായണനുണ്ണിയല്ലാതായി. പി.ടി.എ. ശക്തിയായി ഇടപെട്ടു. പി.ടി.എ പ്രസിഡന്റ് അനവർഅലി മുൻകൈയെടുത്ത് സ്കൂൾ നടത്തിപ്പ് കലക്ടർ ഏറ്റെടുത്തു. അനവർ അലി പതിവായി സ്കൂൾ സന്ദർശിച്ചു. ശ്യാമളടീച്ചറോട് പറഞ്ഞു.''ടീച്ചറേ ഇങ്ങളൊന്നു കൊണ്ടും പേടിയ്ക്കേണ്ട. ഞങ്ങളീരാജ്യത്തുള്ളപ്പൊ

ഇങ്ങക്കൊരു കൊയപ്പവും വരില്ല!'' ടീച്ചർ ഒന്നു ചിരിച്ചെന്നുവരുത്തി.

എളമ്പുള്ളിസ്കൂൾ ആകെ കുഴപ്പമാണ്.... നാട്ടിൽ സംസാരമായി. രക്ഷിതാക്കൾ കുട്ടികളെ ടി.സി വാങ്ങി അടുത്തടുത്ത് ആരംഭിച്ച ഇംഗ്ലീഷ്മീഡിയം മീഡിയം സ്കൂളിൽ ചേർത്തുതുടങ്ങി. ആൾഷിഫാ, അൽഫാത്തിഹ, മൗണ്ട് ദിഹിറാ, സെന്റ് പോൾസ്, സെന്റ് ആന്റണീസ്-സ്കൂളുകൾ കൂണുകൾപോലെ പൊന്തി. കുഞ്ഞുങ്ങളെ യൂണിഫോമണിയിച്ച് സ്കൂൾ വണ്ടികൾ മത്സരിച്ചോടി.

സ്റ്റാഫ് മീറ്റിംങ്ങിൽ ശ്യാമളടീച്ചർ എല്ലാവരോടുമായി പറഞ്ഞു. സ്വാശ്രയ അൺ എയ്ഡഡ് സ്കൂളുകളിലേയ്ക്ക് ഒരു പൊങ്ങച്ചത്തിന്റെ ഭാഗമായി ആളുകൾ കുഞ്ഞുങ്ങളെ അയച്ചേക്കാം. നാമതുകണ്ട് തരിച്ചിരിക്കുകയല്ല വേണ്ടത്. പൊതുവിദ്യാഭ്യാസം ആകർഷകമാകുമ്പോൾ ഇതെല്ലാം കുറയും. നാം നമ്മുടെ ജോലി ആത്മാർത്ഥമായി ചെയ്യുക, ആകർഷകമാക്കുക.

ഒന്നാംക്ലാസ്സിലെ ഒരു ഡിവിഷൻ കുറഞ്ഞു. ജൂനിയർമോസ്റ്റായ ഗീത പുറത്തുനിൽക്കേണ്ട സ്ഥിതിവന്നു. അൻവർ അലിയും പിടിഎ അംഗങ്ങളും നടന്ന് കുട്ടികളെ കൊണ്ടുവന്നു. അൻവറലി ഗീതാറാണിയോടു പറഞ്ഞു. കുട്ടി ഒന്നും പേടിയ്ക്കണ്ട. ഇനി വേണോ കുട്ടികള്, ഈ അൻവറ് ഉണ്ടാക്കിത്തരാം!! അയാൾ ഹാഹാ പൊട്ടിച്ചിരിച്ചു; ദുസ്സൂചനയറിയാതെ.

ഒന്നാം പാദപരീക്ഷയാരംഭിച്ചു. സബ്ജില്ലാ അക്കാദമിക് കൗൺസിലാണ് പരീക്ഷാടൈംടേബിൾ തയ്യാറാക്കിയത്. അറബിക്കും സംസ്കൃതവും ഒരു ദിവസം വന്നു. അറബിക്കു പഠിക്കുന്ന ഹിന്ദുകുട്ടികളും സംസ്കൃതം പഠിക്കുന്ന നന്നാലുകുട്ടികൾ വീതം ഓരോ ക്ലാസിലുമുണ്ട്, ശ്യാമളടീച്ചർ സംസ്കൃതം തിങ്കളാഴ്ചയും അറബിക്ക് ചൊവ്വാഴ്ചയിലേയ്ക്കും മാറ്റി. തിങ്കളാഴ്ച കാലത്തവന്ന സൈനബ, സബ്ജക്റ്റ് ടീച്ചറോടന്വേഷിക്കാതെ പരീക്ഷമാറ്റിയത് തന്നെയും അറബിഭാഷയെയും അവഹേളിയ്ക്കലാണെന്നായി. അവർ മൊബൈലിൽ പി.ടി.എ പ്രസിഡന്റിനും തന്റെ ബന്ധുക്കൾക്കും അറിയാവുന്ന നാട്ടുകാർക്കും വിളിച്ചു. ''അറബിക്കു പരീക്ഷനടത്താൻ ഹെഡ് ടീച്ചർ സമ്മതിക്കുന്നില്ല.!!''

ഒരു വിഭാഗം രക്ഷിതാക്കൾ തടിച്ചുകൂടി. ഹെഡ്മിസ്ട്രസ്സിന്റെ പേരിൽ നടപടിയെടുക്കണം, അതുകൊണ്ട് മറുഭാഗവും സംഘട്ടിപ്പിച്ചു. ഒരു വർഗീയ സംഘടനം നടക്കുമെന്നായി. നാരായണനുണ്ണി മാനേജർ പറഞ്ഞു. ഒരടിനടക്കട്ടെ, കലങ്ങിതെളിയട്ടെ..!

ഉപജില്ലാ ഓഫീസർ വന്നു. സ്ഥലം സബ്ബ് ഇൻസ്പെക്ടറും സർക്കിളും ഏതാനും പോലീസുകാരും വന്നു. ഒത്തുതീർപ്പുചർച്ചകളായി. റിട്ടയേഡധ്യാപകനും മുൻമാനേജുമെന്റുകമ്മിറ്റിയംഗവുമായിരുന്ന പരമേശ്വരൻ നമ്പൂതിരിപ്പാടിനോട് എ.ഇ.ഓയും സർക്കിൾ ഇൻസ്പെക്ടറും വിദഗ്ദ്ധോപദേശം തേടി. അദ്ദേഹം പറഞ്ഞു. ഒരു വിദ്യാലയത്തിന്റെ അക്കാദമിക കാര്യങ്ങളിൾ വേണ്ട നീക്കുപോക്കു

കൾ ചെയ്യാൻ ഹെഡ് ഓഫ് ദി ഇൻസ്റ്റിറ്റ്യൂഷനധികാരമുണ്ട്. പരീക്ഷ അങ്ങോട്ടുമിങ്ങോട്ടും നീക്കുപോക്കുചെയ്യുന്നതും അതിന്റെ ഭാഗമാണ് ഇവിടെ ഒരു വർഗ്ഗീയ ലഹള വേണ്ട സൈനബടീച്ചറേ.

ജനം ശാന്തമായി പിരിഞ്ഞു. അൻവർ അലി ശ്യാമളടീച്ചറുടെ അടുത്തേയ്ക്കുനീങ്ങി പറഞ്ഞു. ‘‘ടീച്ചറെ ങ്ങളു വിഷമിയ്ക്കണ്ട, സൈനബ വിളിച്ചപ്പോ ഒന്നു വന്നൂന്നേ ഉള്ളൂ.. ഓള് ഞമ്മടൊരു അ സ്മാദിയല്ലെ...’’ ശ്യാമളടീച്ചർ ഒരു ചെറുപുഞ്ചിരി വരുത്തി.

ഒന്നു കൂടാക്കാനെന്താ വഴി. ആലോചനയിൽ മാഷും സൈനബ ടീച്ചറും കൂടിയാലോചിച്ചു. ഹിന്ദി ഉഷാദേവിടീച്ചറുടെ വീട്ടിൽ വെച്ചായി ആലോചന. ടീച്ചറുടെ ഭർത്താവ് ഹരിഹരൻപിള്ള വക്കീൽഗുമസ്ത നും കേസുകാര്യങ്ങളിൽ തൽപരനുമാണ്. അയാളുടെ ഉപദേശവും ന ിർദ്ദേശവുമനുസരിച്ചു ഉഷാദേവി പ്രൊവിഡണ്ടുഫണ്ടിൽ നിന്നു രണ്ടു ലക്ഷംരൂപ ലോണിനപേക്ഷിച്ചു. ഹെഡ്മിസ്ട്രസ്സ് റെക്കമെന്റു ചെയ്ത യച്ചു. ലോൺ സാംഗ്ഷനായി. ടീച്ചർ തുക കൊണ്ടുകൊടുക്കുവാൻ ഓഫീസിലേയ്ക്കു വരാൻ പറഞ്ഞ ദിവസം ഉഷാദേവി ലീവെടുത്തു. പതിനഞ്ചു ദിവസത്തെ കമ്മ്യൂട്ടഡ് ലീവ്. ശ്യാമളടീച്ചർ ഫോൺ വിളി ക്കുമ്പോഴൊക്കെ ഉഷാദേവി നാളെവരാമെന്നു പറഞ്ഞു. ശ്യാമളടീച്ചർ വിളിച്ചും വീട്ടിലേയ്ക്കു നടന്നും മടുത്തു. ഉഷാദേവിടീച്ചറും ശശിധരൻ പിള്ളയും വീടുപൂട്ടിയിട്ട് പിള്ളയുടെ വീട്ടിലേയ്ക്കു പോയി. തന്നെ ബുദ്ധിമുട്ടിക്കാനുള്ള പദ്ധതിയാണെന്നു ശ്യമളടീച്ചർ മനസ്സിലാക്കി. അവർ സ്വന്തം എക്കൗണ്ടിൽ സേവിങ്ങ്സ് ഡെപ്പോസ്റ്റിട്ടു. പണം പാസായ ദിവസം ക്യാഷ്ബുക്കിൽ ചേർത്തു.

പിന്നെ വന്നത് ഷോക്കോസ് നോട്ടീസായിരുന്നു. ഹെഡ്മിസ്ട്രസ് ശ്യാമള സഹപ്രവർത്തകരുടെ രണ്ടു ലക്ഷം രൂപ അപഹരിച്ചു.

ഡിപ്പോർട്ടുമെന്റിലേയ്ക്ക് ഫാക്സുകൾ പാഞ്ഞു. സ്കൂൾ മാനേ ജർകൂടിയായ കലക്ടർ ഉടൻ ഓർഡറിറക്കി. സസ്പെൻഷൻ. അറസ്റ്റു ചെയ്യാനെത്തിയ സബ്ബ് ഇൻപെക്ടർ കോടതിയിൽ നിന്നും മുൻകൂർ ജാമ്യത്തിലിറങ്ങിയ ശ്യാമളടീച്ചറെ തൊഴുതുകൊണ്ടു പറഞ്ഞു. ‘‘സോ റി ടീച്ചർ, എനിയ്ക്കു വരാതിരിക്കാൻ പറ്റില്ല. മുകളിൽ നിന്നു സമ്മർദമുണ്ട്.’’

‘‘നീ ഇതിലും മുമ്പ് വരുമെന്നാണ് ഞാൻ പ്രതീക്ഷിച്ചത്.’’ തന്റെ മുന്നിലെത്തിയ പേരമകളോട് ഗോവിന്ദൻ മാസ്റ്റർ പറഞ്ഞു. എൺപത്തി യഞ്ചിലും പഴയ സ്വാതന്ത്ര്യസമരത്തിന്റെ വേവും ചൂടും മനസ്സിൽ സൂക്ഷിക്കുന്ന അദ്ദേഹം തുടർന്നു.

‘എല്ലാം ഞാനറിയുന്നുണ്ടായിരുന്നു. ആ ഹിന്ദിടീച്ചറുടെ ഭർത്താവു വന്നിരുന്നു. ഇത്രയും വേണ്ടിയിരുന്നില്ല എന്നയാൾ പറഞ്ഞു. നിങ്ങളെ പി.ടി.എ. പ്രസിഡണ്ടെന്തേ നിനക്കെതിരാവാൻ.’

ശ്യാമള ടീച്ചർ പറഞ്ഞു. അത്... അത് പിന്നെപറയാം. നമുക്കിനി എന്തു ചെയ്യാൻ കഴിയും.!

ഗോവിന്ദൻനായർ ചിരിച്ചു. മോളേ എന്തിനും ഒരു പരിഹാരമുണ്ട്.

നീതിന്യായത്തിൽ വിശ്വസിക്ക്. ഞാൻ എന്റെ ശിഷ്യനായ അഡ്വക്കറ്റ് ശ്യാംകുമാറിനെ വിളിച്ചിരുന്നു. കേസ് അയാൾ ഏറ്റിട്ടുണ്ട്.

അഡ്വക്കറ്റ് ശ്യാംകുമാറെന്നു കേട്ടപ്പോൾ ശ്യാമളടീച്ചർക്കൊരുണർവു തോന്നി. ധാരാളം കേസുകൾ വിജയിപ്പിച്ച പ്രഗത്ഭൻ.

നീ തളർന്നോ! മാസ്റ്റർ ചോദിച്ചു. ശ്യാമള ധൈര്യം സംഭരിച്ച് പറഞ്ഞു. സ്വാതന്ത്ര്യസമരഭടൻ ചീരാത്ത് ഗോവിന്ദൻനായരുടെ മരുമകൾ തകരുകയോ?

അതാ പറഞ്ഞത് നിന്റെ ഭാഗത്ത് ശരിയുള്ളേടത്തോളം ഭയപ്പെടേണ്ട. കേസു തീരുന്നതുവരെ പുറത്തുനില്ക്കേണ്ടിവരും. ഒരു സസ്പെൻഷനും ഒരു കാലയളവിലപ്പുറം നിലനില്ക്കില്ല. ഒരു ഫീനിക്സ് പക്ഷിയെപ്പോലെ എന്റെ മോൾ തിരിച്ചുവരും. നീ പഠിച്ചിട്ടില്ലേ വിദ്യാലയം ഒരു സരസ്വതീക്ഷേത്രമാണെന്ന്. ഏതു ക്ഷേത്രവും തകർന്നാലും മണ്ണടിഞ്ഞാലും അതു പൂർവ്വാധികം ഗംഭീരമായി പുനരുദ്ധരിക്കപ്പെടും.

ശ്യാമളടീച്ചർ തലയുയർത്തി നടന്നു. സസ്പെൻഷൻ കാലത്ത് അടിസ്ഥാനശമ്പളം കിട്ടി. കോടതിയിൽ ഒരു തവണമാത്രം കയറി. ശ്യാംകുമാർ ചോദിച്ചു. ''ടീച്ചറേ, കോടതിയ്ക്കൊരടിസ്ഥാന പ്രമാണമുണ്ട്. അറിയാമോ? എംഫില്ലൊക്കെയല്ലേ?'' ഒന്നാലോചിച്ച് ടീച്ചർ പറഞ്ഞു. ''ആയിരം കുറ്റവാളികൾ രക്ഷപ്പെട്ടാലും ഒരു നിരപരാധി ശിക്ഷിക്കപ്പെടരുത്...! ഈസിന്റിന്റ്....?

''കറക്റ്റ്, യുവാറെ എഫിഷ്യന്റ് ടീച്ചർ, യു ക്യാൻ ഗോ യുവർ വേ..''

സസ്പെൻഷൻ കാലത്തും ശ്യാമള ടീച്ചർ ഇടയ്ക്കിടെ സ്കൂളിൽ വന്നു. സൈനബയും ഗീതാറാണിയും കാണുമ്പോൾ മുഖം തിരിക്കും. രാധാമണി ഹെഡ്മിസ്ട്രസ്സായി വിലസി. അൻവർ അലി പതിവായി സ്കൂൾ സന്ദർശിച്ചു. ഗീതാറാണി അയാളോടു പറഞ്ഞു. പ്രസിഡന്റേ, ഇനി അതിനെ ഇതിനുള്ളിൽ കയറ്റാതെ നോക്കണം. ഞാനെന്താ വേണ്ടേച്ചാൽ.

സൈനബയും അതിനു അനുകൂലിച്ചു. അൻവർ നെഞ്ചുവിടർത്തി പറഞ്ഞു. ടീച്ചർമാരെ ഇങ്ങളൊന്നുകൊണ്ടും പേടിയ്ക്കണ്ട. ഞമ്മളതിനെ പിരിച്ചുവിടീപ്പിക്കാം. അൻവറാ പറയണത്. ഇപ്പൊ ഞങ്ങളാ ഭരിക്കണ്!!

ഡിപ്പാർട്ടുമെന്റ് എൻക്വയറിയിൽ ഉഷാദേവിയുടെ പി.എഫ്. ലോൺ അപഹരിച്ചതല്ല. ടീച്ചർ ലീവു കഴിഞ്ഞുവരും വരെ സുരക്ഷിതമാക്കി സൂക്ഷിച്ചതാണെന്ന് വ്യക്തമായി. വ്യക്തമായ അന്വേഷണം നടത്താതെ ശ്യാമള ടീച്ചറെ സസ്പെന്റു ചെയ്തതിൽ ഡിപ്പാർട്ടുമെന്റിനെ കോടതി താക്കീത് ചെയ്തു.

ശ്യാമള ടീച്ചർ പതിവിലും നേരത്തെ സ്കൂളിൽ വന്നു. ഉഷാദേവി ഓടിവന്നു. ''എന്നോടു ക്ഷമിയ്ക്കണം ടീച്ചർ. ഞാനറിഞ്ഞുകൊണ്ട് ചെയ്തതല്ല ടീച്ചർ. ആ അൻവറും അജിത്തും കൂടി ഹസ്ബന്റിനെ നിർബന്ധിച്ച് എന്നെ നിർബന്ധിച്ചപ്പൊ..'' അവർ വിതുമ്പി. ശ്യാമള ടീച്ചർ സിസ്സംഗയായി പറഞ്ഞു. ''സാരമില്ല ടീച്ചർ. പ്ലീസ് ലഫ്ടിറ്റ്.

മാനേജുമെന്റും നേതാക്കളായ നാരായണനുണ്ണിയും രാമൻകുട്ടി

മേനോനും പഴയ അദ്ധ്യപകനായ പരമേശ്വരൻ നമ്പൂതിരിമാസ്റ്ററും കൂടിയാലോചിച്ചു സ്കൂളിലെ കലങ്ങിയ അന്തരീക്ഷം മാറ്റണം. നല്ല അന്തരീക്ഷം സൃഷ്ടിക്കണം. ഹെഡ്മാസ്റ്ററുമായെന്തഭിപ്രായവ്യത്യാസമുണ്ടായാലും ഒത്തുതീർക്കണം.

മാനേജുമെന്റു പ്രതിനിധികളും പഞ്ചായത്തു പ്രസിഡന്റും സാറ്റാഫ്സെക്രട്ടറി അജിത്ത് എന്നിവരും ശ്യാമളടീച്ചറും പരമേശ്വരൻ നമ്പൂതിരിയും വന്നു. പി.ടി.എ. പ്രസിഡന്റ് അൻവർ അലി വന്നില്ല.

സീനിയർ അദ്ധ്യാപകനും മുൻപഞ്ചായത്തു പ്രസിഡന്റും സർവ്വസമ്മതനുമായ പരമേശ്വരൻ നമ്പൂതിരിമാസ്റ്റർ തുറന്നു ചോദിച്ചു. ''ശ്യാമള ടീച്ചറേ നിങ്ങൾക്ക് ഞങ്ങളേക്കാളൊക്കെ വിദ്യാഭ്യാസമുണ്ട്. ചീരാത്ത് കുടുംബപാരമ്പര്യവുമുണ്ട്. എന്നിട്ടെന്തേ സ്റ്റാഫിലെ ഭൂരിഭാഗവും പി.ടി.എ.യും അതുവഴി കുറെ നാട്ടുകാരും നിങ്ങൾക്കെതിരായി? ടീച്ചർ ഒന്നാലോചിക്കൂ. എന്തെങ്കിലും പറയാനുണ്ടോ.''

''സാർ, അദ്ധ്യാപനം ഒരു തൊഴിൽ മാത്രമല്ല രാഷ്ട്രസേവന കൂടിയാണെന്നു എന്റെ അമ്മാവൻ പഠിപ്പിച്ചിട്ടുണ്ട്. അവകാശങ്ങളും കടമകളും ഒരുപോലെ പ്രധാനമാണ്.''

''കുട്ടി, പി.ടി.എ. എന്നത് അദ്ധ്യാപകരക്ഷാകർത്ത്യസമിതിയാണ്.'' മാസ്റ്റർ തുടർന്നു.''നോക്കൂ ഈ യോഗത്തിന് പി.ടി.എ പ്രസിഡന്റ് വന്നിട്ടേയില്ല...''

''സാർ അത്'' -ടീച്ചർ എഴുന്നേറ്റു പറഞ്ഞു. ''എനിക്കതു പബ്ലിക്കായി പറയാനാവില്ല. നമ്പൂതിരിമാഷും പഞ്ചായത്തു പ്രസിഡന്റും മാത്രം കേൾക്കാമെങ്കിൽ വരൂ.''

''ശരി.'' പരമേശ്വരൻ നമ്പൂതിരി മാഷും പഞ്ചായത്തു പ്രസിഡന്റ് ഹേമലതയും എഴുന്നേറ്റു. ശ്യാമളടീച്ചറുമായി മറ്റൊരു ക്ലാസ്മുറിയിലേയ്ക്കെത്തി. മേശയ്ക്കു ചുറ്റുമിരുന്നു. ടീച്ചർ മേശപ്പുറത്തു കൈയൂന്നി നിന്നു പറഞ്ഞു തുടങ്ങി.

സ്കൂൾ നടത്തിപ്പ് കലക്ടർ ഏറ്റെടുത്തതിനുശേഷം അഞ്ചാം നാൾ ശനിയാഴ്ച ഞാൻ സ്കൂളിലുണ്ടായിരുന്നു. പ്യൂൺ മഹേഷ് നേരത്തെ പോയിരുന്നു. പി.ടി.എ. പ്രസിഡന്റ് അൻവർ അലി സാഹിബ് സ്കൂളിൽ വന്നു. പി.ടി.എ. പ്രസിഡന്റല്ലൊ ഞാൻ എഴുന്നേറ്റുനിന്നു.

ശ്യാമളടീച്ചറിരിക്കൂ. എനിക്കിത്തിരി പറയാനുണ്ട്. ഞാനിരുന്നു. എനിക്കു നേർമുന്നിൽ അൻവറും.

എനിയ്ക്കു ശ്യാമളയെ ഇഷ്ടവും ബഹുമാനവുമാണ്. എന്നോടു വിരോധമില്ലല്ലോ. എനിയ്ക്കാരോടും ഒരു വിരോധവുമില്ല.'' അയാളോടു ഞാൻ പറഞ്ഞു. അയാൾ പറഞ്ഞു തുടങ്ങി. താങ്കളോടു ശത്രുതളേളാര്ണ്ട്. ആളൊന്നുകൊണ്ടും പേടിയ്ക്കണ്ട. ഈ അൻവറുള്ളപ്പോ നിങ്ങളെ ഒരാളും തോടൂല്ല. നിങ്ങളെ കരുതിയാണ് സ്കൂള് കലക്ടറേക്കൊണ്ടേറ്റെടുപ്പിച്ചത്. എന്തു വേണമെങ്കിലും പറഞ്ഞോളൂ.

മേശപ്പുറത്തുവെച്ച അയാളുടെ കൈത്തലം നീങ്ങിനീങ്ങിവന്നു. ഒരു സ്പർശം ഞാനറിഞ്ഞില്ലെന്നു നടിച്ചു. പിന്നീടാ കൈ എന്റെ

കൈത്തണ്ടയിൽ ശക്തിയായമർന്നപ്പോൾ ഞാൻ എഴുന്നേറ്റു. എന്റെ ശബ്ദം ഉയർന്നു മിസ്റ്റർ അൻവർ ഇതൊരു വിദ്യാലയമാണ് എ ടെമ്പിൾ ഓഫ് ഗോഡസ് സരസ്വതി- യൂ നോ, പി.ടി.എ. പ്രസിഡന്റ് സ്കൂളിനെ സഹായിക്കാനാണ്. നിങ്ങൾ സ്കൂളിൽ വരണമെങ്കിൽ എച്ച്. എം. നോട്ടീസുതന്നു വിളിപ്പിക്കും, അല്ലാതിവിടെ വരേണ്ടതില്ല. നൗ യൂ ക്യാൻ ഗോ-

അൻവറിന്റെ മുഖം വിവർണ്ണമായി. ചുണ്ടുകൾ വിറച്ചു. പിന്നെ രൗദ്രമായി വെടികൊണ്ടപോലെ എഴുന്നേറ്റ് അയാൾ പറഞ്ഞു. ഹും.... നീ ആരെയാണു നോവിച്ചതെന്ന് ഓർത്തോ? ഹും കാണിച്ചു തരാം.

ഒരാഴ്ചയ്ക്കുശേഷമാണ് പി.എഫ് പ്രശ്നം വന്നത്. ഡിപ്പാർട്ട്മെന്റിൻ പി.ടി.എയുടെ പരാതിയും.

എഴുന്നേൽക്കുമ്പോൾ നമ്പൂതിരി മാസ്റ്റർ ചിരിയോടെ ചോദിച്ചു. ‘‘ശ്യാമളയ്ക്ക് പനങ്കഴു എന്ന കഥ വായിച്ച ഓർമ്മയുണ്ടല്ലോ.’’

‘‘ഉവ്വ് സാർ. ഏഴാം ക്ലാസ്സിൽ നിന്ന് മാഷുതന്നെയല്ലെ ആ പുസ്തകം എനിയ്ക്കുതന്നത്. നൂറുവർഷം നൂറു കഥ.’’

ശരി - കുട്ടി പോയ്ക്കൊളൂ...’’

മാസ്റ്റർ പറഞ്ഞു.

ശ്യാമളടീച്ചർ ഇറങ്ങിനടന്നു.

അവരെ പിൻതുടർന്നത് അഞ്ചുപേരുടെ പത്തുകണ്ണുകൾ.

സ്റ്റാഫ്സെക്രട്ടറി അജിത്ത് നമ്പൂതിരി മാസ്റ്ററോടായി ചോദിച്ചു. അവരങ്ങനെ മെരുങ്ങുന്ന മട്ടില്ല. അല്ലെ?

മാസ്റ്റർ സുദൃഢമായി പറഞ്ഞു. ‘‘അങ്ങനെയൊന്നുമില്ല. നിങ്ങൾ അവരെ മനസ്സിലാക്കിയിട്ടില്ല.’’

കൈരണ്ടും എളിയിൽ വെച്ച് ഒന്നു തിരിഞ്ഞുനിന്ന് സ്കൂളിനേയും നടന്നുപോകുന്ന ശ്യാമളടീച്ചറേയും നോക്കി അദ്ദേഹം തന്റെ ഗുരുനാഥനായ പ്രശ്സ്ത കവിയുടെ രണ്ടുവരി കൂടെയുള്ളവർ കേൾക്കുമാറുരുവിട്ടു.

രാഷ്ട്രനിർമ്മാണം
സംഗ്രാമമാം ധർമ്മ
ക്ഷേത്രം-നിൻകുരു-
ക്ഷേത്രം ഞാൻ കാണുന്നൂ...!!!

■

നൂറാലി

സാറെ, മാഷുതന്നെ വരണം. പിന്നെ ആരുവന്നാലും പ്രശ്നത്തിന്നൊരു തീരുമാനമാവുമെന്നു തോന്നുന്നില്ല. സാറു തന്നഇടപെട്ട് ഈ പ്രശ്നം സോൾവു ചെയ്തുതരണം. നിൽക്കക്കള്ളിയില്ലാഞ്ഞിട്ടാണ്.

സഖാവ് ലക്ഷ്മണൻ അപേക്ഷിക്കുംപോലെയാണുപറഞ്ഞത്. അമ്പലവട്ടം പാർട്ടിബ്രാഞ്ചുസിക്രട്ടറിയാണ് സഖാവ് ലക്ഷ്മണൻ. ലോക്കൽ കമ്മിറ്റിസിക്രട്ടറിയും ഏരിയാ കമ്മിറ്റിയംഗവുമെന്ന പരിഗണനയോടൊപ്പം ഗ്രാമപഞ്ചായത്തു വൈസ്പ്രസിഡണ്ടു പദവിയും എല്ലാംകൊണ്ടും ഒരാധികാരിക സഖാക്കൾ കൽപിച്ചു വരുന്നു എന്ന ധാരണ. അമ്പലവട്ടം ബ്രാഞ്ചംഗങ്ങൾ ഞാൻ പറഞ്ഞാൽ മറുവാക്കോതില്ലെന്നത് സിക്രട്ടറിയുടെ വിശ്വാസമാണ്.

പാർട്ടി സ്വാധീനത്തിൽ മറ്റുപാർട്ടികളെ അപേക്ഷിച്ചു ദുർബ്ബല മേഖലയാണ് തൃത്തല്ലൂർ, നാട്ടുപ്രമാണിമാരും പുതുപണക്കാരും ഏറെയുള്ള തൃത്തല്ലൂരിലെ പാർട്ടിഘടകങ്ങൾ ഇടയ്ക്കിടക്കു കൂടേണ്ടതുണ്ട് തൃത്തല്ലൂരിൽ നിന്ന് ഞാങ്ങാട്ടിരിവരെ നടക്കുകയാണ് പതിവ്. ആറുകിലോമീറ്റർ ദൂരമുണ്ട്. രാത്രി ഏഴുമണിക്കുശേഷം ലൈൻബസ്സില്ല. ഊടുവഴികളും കുറുക്കുവഴികളും അസമയത്ത് സഞ്ചാരയോഗ്യമല്ല. എങ്കിലും പരമാവധി പതുക്കെ നടന്നുപോവുകയാണുപതിവ്.

മിക്കവാറും അഞ്ചു മണിക്ക് കൂടണമെന്ന് അറിയിപ്പു കൊടുക്കുമെങ്കിലും തുടങ്ങാൻ ഏഴുമണിയാകും വൈകിയെത്തിയവന്ന് പോവാൻ തിടുക്കമാവും ചർച്ചകൾക്ക് പ്രത്യേക വിഷയം വല്ലുതു

മുണ്ടെങ്കിൽ യോഗമവസാനിക്കാൻ പത്തുമണിയെങ്കിലുമാവും.

ഒരു മീറ്റിങ്ങുകഴിഞ്ഞപ്പോൾ സമയം പത്തിനോടടുത്തിരുന്നു. പട്ടാമ്പിക്കുള്ള അവസാനത്തെ ബസ്സും പോയിരുന്നു. ഓട്ടോറിക്ഷക്കാരും നേരത്തെ സ്ഥലം വിട്ടു. ആകാശം മഴക്കാറുനിറഞ്ഞിരുന്നു, എന്തുചെയ്യണമെന്നാലോചിച്ചുനിൽക്കവെ സെക്കന്റ് ഷോയ്ക്കായി സ്ക്കൂട്ടറിൽ മിന്നിച്ചു പാറുന്ന മാനുട്ടി എന്ന സഖാവ് കുറച്ചപ്പുറം വണ്ടി നിറുത്തി.

മാഷേ, പോരണോ! കല്യാണപ്പടി സ്റ്റോപ്പിലാക്കിത്തരാം. അയാൾ പറഞ്ഞു. ബൈക്കിലെ പിൻസീറ്റുയാത്ര ഒരു ശീലമായിരിക്കുന്നു. കല്യാണപ്പടിയിൽ ഇറങ്ങി. മാനൂട്ടിസഖാവ് വാച്ചുനോക്കി ധൃതിയിൽ സ്ഥലം വിട്ടു. വീതിയുള്ള വരമ്പിലൂടെ വലിയ ബുദ്ധിമുട്ടു കൂടാതെ നടക്കാം.

മങ്ങിയ വെളിച്ചമുണ്ടെങ്കിലും പോക്കറ്റു ടോർച്ചെടുത്ത് പരിസരത്തൊന്നുമിന്നിച്ചുനോക്കി. പാടവരമ്പിലേയ്ക്കു പാടിയുള്ള ഒരു വീടിന്റെ അടുക്കളഭാഗത്തുമാത്രം കുഞ്ഞുവെളിച്ചം വീടിന്റെ അടുത്തുനിന്നൊരാൾ കാർകിച്ചു തുപ്പി. ''ക്റായ് ച്ചരൂ....''

അത് ചെരുവിലെ മാക്കുണ്ണിയാണെന്നെനിയ്ക്കു മനസ്സിലായി. കണ്ണന്നൂര് കള്ളുഷാപ്പ് അടയ്ക്കുന്നതുവരെ പാട്ടും ചീത്തവിളിയുമായി കഴിയുന്ന മാക്കുണ്ണി വീട്ടിലെത്തിയിരിയ്ക്കണം. എന്തെങ്കിലും ഭക്ഷണം കിട്ടുമോ എന്നു സംശയിച്ച് ഇരട്ടിൽ തപ്പിത്തടഞ്ഞ് വീടിന്നുമ്മറത്തെത്തിയിരിക്കണം. എന്റെ ടോർച്ചു വെളിച്ചം അപ്പോഴാണയാളുടെ ശ്രദ്ധയിൽ പെടുന്നത്.

ആരാടീ ആ പോയത്? ഭാര്യയോട് മാക്കുണ്ണിയുടെ ആക്രോശം. ഉത്തരമില്ലായിരുന്നു. അയാളുടെ ശബ്ദം വീണ്ടുമുയർന്നു.

എടീ ആരാ അദ്യേ ടോർച്ചുമിന്നിച്ചു പോയതെന്ന്!

ആരാണാവൊ.. ഞാൻ കണ്ടില്യ. സ്ത്രീശബ്ദമുയർന്നു.

ങ്ഹും!. നീയിതു കുറെകാലമായി തുടങ്ങീട്ട് ഓൻ ആരായാലും വേണ്ടില്ല. കൊടലു ഞാനെടുക്കും.

നാളെ നേരം വെളിച്ചാവട്ടെ!.

നാളേകൾ കുറെ വെളിച്ചമായി പുലർന്നു. മാക്കുണ്ണിയെ പലതവണ പലയിടത്തുമായി കാണുകയുണ്ടായി. അയാൾ ആരുടേയും കുടലെടുത്തതായി കേട്ടിട്ടില്ല.

അനുഭവങ്ങൾ ഓർമ്മിച്ചുകൊണ്ട് ലക്ഷ്ണനോടു പറഞ്ഞു. ''ഞാൻ വരാം, യോഗം കഴിഞ്ഞാൽ ഒരാൾ ബൈക്കിലെങ്കിലും ഞാങ്ങാട്ടിരി വരെ ആക്കിത്തരണം.

ബ്രാഞ്ചിലെ മെമ്പർമാർ പലരും മോട്ടോർബൈക്കോ ഓട്ടോറിക്ഷയോ കൂടുവണ്ടിയോ ഉള്ളവരാണ്. സിക്രട്ടറിയായ ലക്ഷ്മണൻ സഖാവിനു മാത്രം സ്വന്തമായി വാഹനമില്ല. ഒരു ഹെർക്കുലീസ് സൈക്കിളുണ്ടായിരുന്നത് ഓരാഴ്ചത്തെ റേഷനരിക്കും മണ്ണെണ്ണയ്ക്കും വേണ്ടി കടക്കാരൻ കുമാരേട്ടനു വിറ്റു. ബിരുദധാരിയായിട്ടും വർ

ഷങ്ങളായി തൊഴിലന്വേഷകനായ ലക്ഷ്മണൻ നല്ലൊരു ചിത്രകാരൻ കൂടിയാണ്.

അടിയന്തിരയോഗ വിഷയം മുൻപുപല കമ്മിറ്റികളിലും സൂചനകൾ പറയപ്പെട്ടിട്ടുണ്ട്. പാർട്ടിയുടെ സജീവി പ്രവർത്തകനും വളണ്ടിയറുമായ മുരളീധരൻ എന്ന മുരളി. സ്വന്തമായി പത്തു സെന്റു സ്ഥലവും ഒരു വീടും സ്വപ്രയത്നം കൊണ്ടു മാത്രമുണ്ടാക്കിയ അദ്ധ്വാനശാലി. ഭാര്യ പത്മയും രണ്ടു പെൺകുട്ടികളും പാർട്ടിയുടെയും വർഗ സംഘടനകളുടേയും ഏതു പൊതുയോഗങ്ങളിലും പങ്കെടുക്കുമായിരുന്നു. പത്മ മഹിളാ അസോസിയേഷൻ തൃത്താല യൂണിറ്റംഗമായിരുന്നു.

മുരളിയെക്കുറിച്ചു കഴിഞ്ഞവർഷം ഒരു ബ്രാഞ്ചുയോഗത്തിൽ ഉണ്ണി എന്ന മെമ്പർ ആക്ഷേപം ഉന്നയിച്ചിട്ടുണ്ട്. മുരളി ജോലികഴിഞ്ഞ് വീട്ടിലേയ്ക്കു മടങ്ങുമ്പോൾ ഏർക്കര അമ്മിണിയുടെ വീട്ടിൽ തങ്ങാറുണ്ട്. വൈകുന്നതിന്റെ കാരണം ഒരു മീററിങ്ങുണ്ടായിരുന്നു എന്ന് പത്മയോടു കള്ളം പറയും.

ഏർക്കര അമ്മിണിയെ എനിക്കുപരിചയമുണ്ട്. ഒരപഥസഞ്ചാരിണി എന്നനിലയ്ക്കല്ല. രണ്ടുവർഷം മുമ്പ് സി.ഐ.ടി.യുവിന്റെ നേതൃത്വത്തിൽ കേന്ദ്ര ഗവർമ്മേണ്ട് ഓഫീസുകൾ പിക്കറ്റുചെയ്യുന്ന ഒരു സമരമുണ്ടായിരുന്നു. കാലത്ത് ഒമ്പതു മണിക്ക് പിക്കറ്റിങ്ങ് ആരംഭിയ്ക്കണം. സബ്ബ് പോസ്റ്റ്ഓഫീസാണ് തിരഞ്ഞെടുത്ത കേന്ദ്രം. കുറച്ചു വളണ്ടിയർമാരെ എത്തിയിരുന്നുള്ളു. പോലീസുകാർ നേരത്തെ എത്തുകയും ചെയ്തു. പിക്കറ്റ് തുടങ്ങിയാൽ രണ്ടു ബാച്ചോടെ സമരം തീരും. ഇനിയും വന്നുകൊണ്ടിരിക്കുന്നവർ പുരുഷസഖാക്കൾമാത്രം. പോലീസുകാർക്ക് സന്തോഷം. പത്തിരുപതു പേരെ അറസ്റ്റുചെയ്തു നീക്കിയാൽ ഇന്നത്തെ ഡ്യൂട്ടി തീരുമല്ലൊ.

സമരനേതൃത്വത്തിലുള്ള സഖാവ് ഖാദർ എന്നോടു പറഞ്ഞു. മാഷെ, ഒരു മണിക്കുറെങ്കിലും അറസ്റ്റു നീണ്ടുകിട്ടാൻ നമുക്കവരോട് - ആ എസ് ഐ പറഞ്ഞാൽ കേൾക്കും.

''വേണ്ട. പോലീസി നോടു സ്വകാര്യം പറഞ്ഞ് നമ്മുടെ സമരത്തെ സഹായിപ്പിക്കേണ്ട. രണ്ടു സ്ത്രീ സഖാക്കളെ കൊണ്ടുവരൂ. വനിതാ പോലീസെത്തുന്നതു വരെ അറസ്റ്റുണ്ടാവില്ല. ഷൊർണ്ണൂരിൽ നിന്നോ കല്ലേക്കാട് എ ആർ സി ക്യാമ്പിൽ നിന്നോ ആളെ വിളിക്കേണ്ടിവരും. സമരം പന്ത്രണ്ടുവരെ നീണ്ടു നിൽക്കാം.

കാദറും മുരളിയും കൂടി ഉടനെ സ്ഥലംവിട്ടു. പത്തുമിനിട്ടോടെ നാലു സ്ത്രീകൾ എന്തിനും തയ്യാറായി വന്നു. അവർ പോസ്റ്റ് ഓഫീസ് കവാടത്തിൽ ചെങ്കൊടിയുമേന്തി നിന്നു. ഉത്ഘാടനവും അഭിവാദ്യപ്രസംഗങ്ങളുമായി സമരം ഉച്ചവരെ നീണ്ടു. മുന്നിൽ നിന്ന കറുത്തുതടിച്ച സ്ത്രീയെ ചൂണ്ടി കാദർ പരിചയപ്പെടുത്തി.

ഏർക്കര അമ്മിണിയാണത്. നമുക്കുവേണ്ടി എന്തുപറഞ്ഞാലും ഓള് ചെയ്യും. ലേസം പൈസക്കാണ് കൂട്ടിക്കോളിൻ. നമുക്കെന്താചേതം...!

ബ്രാഞ്ചുയോഗത്തിൽ പതിവിന്നു വിപരീതമായി എല്ലാവരും എത്തിയിരുന്നു. പതിനൊന്നാമതായി എത്താറുള്ള സഖാവു സലാമുക്ക നേരത്തെ എത്തിയിരിക്കുന്നു.

രാഷ്ട്രീയ കാര്യങ്ങളുടെ റിപ്പോർട്ടുകഴിഞ്ഞു. ബ്രാഞ്ചുസിക്രട്ടറിയുടെ പ്രവർത്തന അവലോകനവും അവസാനിച്ചു. ചർച്ചയ്ക്കു തുടക്കമിട്ടു സിക്രട്ടറിതന്നെ പറഞ്ഞു തുടങ്ങി. മുഖ്യമായ ഒരു സംഘടനാപ്രശ്നം അവതരിപ്പിക്കാനുണ്ട്. ചില കമ്മിറ്റികളിലൊക്കെ അഭിപ്രായങ്ങളുണ്ടായിട്ടുള്ളതാണ്. നമ്മുടെ സഖാവു മുരളി ഏർക്കര അമ്മിണി എന്ന സ്ത്രീയെ രണ്ടാം ഭാര്യയാക്കി വെച്ചുകൊണ്ടിരിക്കുന്നു. അവൾ അറിയപ്പെടുന്ന വേശ്യയാണ്. നാട്ടിലാകെ ചീത്തപ്പേരായി. ഈ ബന്ധം ഉപേക്ഷിച്ചില്ലെങ്കിൽ നടപടിയെടുക്കുമെന്ന് സഖാവിനോട് ഒറ്റയ്ക്കും കൂട്ടായും പലതവണ ഞാനും സഖാക്കളും അറിയിപ്പു കൊടുത്തിട്ടുള്ളതാണ്. അതൊന്നും വകവെക്കാതെ സഖാവുമുരളി അവിഹിത ബന്ധം തുടരുകയാണ്. ഇയാളെ പാർട്ടിയിൽ നിന്നും പുറത്താക്കണമെന്നാണെനിയ്ക്കു പറയാനുള്ളത്.

എല്ലാം മെമ്പർമാരും ഈ സംഭവത്തിലുള്ള അവനവന്റെ അഭിപ്രായം പറയണം. അതു മിനുട്സിൽ രേഖപ്പെടുത്തണം. പാർട്ടി ജില്ലാ കമ്മിറ്റിക്ക് മിനുട്സിന്റെ കോപ്പി കൊടുക്കണം. നടപടി എന്തുവേണമെന്ന് പാർട്ടി ഡി സിയാണു തീരുമാനിക്കുക.

അംഗങ്ങൾ ഓരോരുത്തരായി അഭിപ്രായങ്ങൾ പറഞ്ഞു. ഏർക്കര അമ്മിണി മഹാ പിഴയാണെന്നെല്ലാവർക്കുമറിയാവുന്നതാണ്. അങ്ങിനെയൊരുത്തിയുമായി സ്ഥിരമായി വേഴ്ച നടത്തിക്കൊണ്ടിരിയ്ക്കുന്ന ഒരു സഖാവിനെ പാർട്ടിയിൽ വെച്ചുപൊറുപ്പിക്കാനാവില്ല.

അദ്ധ്യക്ഷനായ സീനിയർ മെമ്പർ സലാമുക്കയാണ് അവസാനം അഭിപ്രായം പറഞ്ഞത്. ''മുരളി നല്ല പരമ്പര്യമുള്ള സഖാവാണ്. എടോ തെറ്റു ചെയ്യാത്ത മനുഷ്യരുണ്ടോ? മുരളി തന്റെ തെറ്റ് യോഗത്തിൽ ഏറ്റുപറഞ്ഞ് മേലാലിത് ആവർത്തിക്കില്ലെന്ന് ഉറപ്പിച്ചു പറയണം. വേണമെങ്കിൽ ഒരു മാസത്തേയ്ക്കാ സഖാവിനെ പുറത്തുനിർത്താം.

അതൊന്നും പേരാ. സലാം അവസാനിപ്പിക്കും മുമ്പ് രണ്ടു സഖാക്കൾ ശബ്ദമുയർത്തി. ഇടപെട്ടു. ഇവനെപ്പോലൊരുത്തനെ ഈ പാർട്ടീല് വെച്ചോണ്ടിരുന്നുകൂടാ. പൊറത്താക്കണം. രണ്ടു കുട്ട്യോളും നല്ലൊരു ഭാര്യയുമുള്ള ഒരുത്തനാ ഈ തെണ്ടിത്തരം ചീതത്. ഓള്ണ്ടല്ലോ അമ്മിണി ഓള് പെലാടിച്ച്യാണ്. കരിമ്പനപ്പുലയാടിച്ചി.

വെയ്റ്റ്! ഞാൻ കൈയുയർത്തി. ''നമുക്ക് അന്യോന്യം മനസ്സിലാവുന്ന നല്ല ഭാഷയിൽ പറഞ്ഞാൽമതി. സഖാവ് സലാമുക്കയുടെ അഭിപ്രായമല്ലേ നമുക്കു സ്വീകരിക്കാവുന്നത്.?

''ഏയ് സലാമുക്കാക്കങ്ങിനെ പറയാം. ഞങ്ങളാണ് നാട്ടിലെറങ്ങിനടക്കേണ്ടവര്. ഓൻ ഈ പാർട്ടീലുവേണ്ട. ഓനെ സപ്പോർട്ടു ചെയ്യുന്നോരും വേണ്ട.!'' പരമേശ്വരൻ എന്ന പരമു സഖാവ് ക്രുദ്ധനായി പറഞ്ഞു. അതുവരെ നിസ്സംഗനായിരുന്ന സലാം സഖാവിന്റെ മുഖം ചുവന്നു.

അദ്ദേഹം ശബ്ദം നിയന്ത്രിച്ചു പറഞ്ഞു.

നിക്കിൻ നിക്കിൻ ആരും വല്ലാതെ നെഗളിയ്ക്കേണ്ട മുരളി അമ്മിണിന്റെടുത്ത പോയിട്ടുണ്ട്. സരിയാണ്. ഞാൻ ചോദിയ്ക്കട്ടെ. ഇവിടെ ബാക്കി ഒമ്പതുപേരുണ്ടല്ലോ. ഏർക്കര അമ്മീണീടെ കെടക്കപ്പായേ കെടന്ന്ട്ട്ല്യാന്ന് ഓരോരുത്തരും നെഞ്ചത്തു തൊട്ടുപറഞ്ഞാണീം. ഈ സഖാവു മാഷടെ കൈയ് തൊട്ട് പറഞ്ഞാലും മതി.

എല്ലാവരും മുഖം താഴ്ത്തി ഇരിയ്ക്കുന്നതു കണ്ട് സലാം എന്നെ നോക്കി കണ്ണിറുക്കി. പിന്നെ ഗൗരവത്തിൽ പറഞ്ഞു. ''ഉം തുടങ്ങിൻ അദ്യമിരിക്കണ വേലായുധൻ പറയ്. ഉം. പറയ് നീ ഓളടടുത്തു പോയിട്ടുണ്ടോ! സത്യം പറയണം.

സഖാവ് വോലായുധൻ ഒന്നു മുഖമുയർത്തി. സലാമുക്കയുടെ നോട്ടം രുക്ഷമായി. ''ഉം.... അദ്ദേഹം മൂളി. വേലായുധൻ മുക്കിമൂളി പറഞ്ഞു. ''ക്ഷമിക്കണം. ഞാൻ ഒരു പ്രാവശ്യം പോയിട്ടുണ്ട്. ഒരിയ്ക്കൽ മാത്രം.''

ശരി. ഇനി അടുത്ത ആൾ- സലാമുക്ക പറയുമ്പോഴേയ്ക്കും ഞാൻ കൈയുയർത്തി വിലക്കി. നിർത്തിൻ. അദ്ധ്യക്ഷൻ ചോദിച്ചത് പൊവാത്തവരുണ്ടോ എന്നാണ്.

ലക്ഷമണൻ കൈപൊക്കി ഞാൻ ആ വഴിക്കേ പേയിട്ടില്യ.

ബ്രാഞ്ചു സിക്രട്ടറി പറഞ്ഞതു നേരാണ്. സലാമ്ക്ക പറഞ്ഞു. അടുത്തു പറയേണ്ടത്. വാസുവാണ്. അല്ലെങ്കിവേണ്ട. ലക്ഷ്മണൻ പറഞ്ഞമാതിരി ആരെങ്കിലും പറയുന്നുണ്ടോ. സലാമുക്ക പറഞ്ഞു തീരും മുമ്പ് ഞാൻ ഇടപെട്ടു. ഇനിയാരും പറയാത്തതുകൊണ്ടു വ്യക്തം. ഒരു മുരളി ചെയ്തതു മാത്രമേ തെറ്റാവൂ എന്നുണ്ടോ? എന്തു തീരുമാനമെടുക്കണമെന്ന് സലാമുക്കതന്നെ ഒരു സജക്ഷൻ പറയൂ.

സഖാവ് അദ്ധ്യക്ഷനായി ഒന്നുയർന്നു. നമുക്കൊരു തീരുമാനത്തിലെത്താം. സഖാവ് മുരളി തെറ്റ് ഏറ്റു പറയട്ടെ. ഇനി മേലിൽ അവിഹിതബന്ധങ്ങളില്ലാതെ മാതൃകാപൗരനായി ജീവിക്കുമെന്ന് ഉറപ്പുപറയട്ടെ. നമുക്ക് നടപടി ഒരു താക്കീതാക്കി-

''വരട്ടെ'' ഞാൻ ഇടപെട്ടു. മുരളിയ്ക്ക് എന്താണു പറയാനുള്ളത്,?

അതുവരെ തലതാഴ്ത്തി മൂകനായി ഇരുന്നിരുന്ന മുരളി കലങ്ങിയ കണ്ണികളോടെ മുഖമുയർത്തി, തെളിഞ്ഞ സ്വരത്തോടെ പറഞ്ഞു.

'സഖാക്കളെ ഞാൻ പാർട്ടിസഖാക്കൾ പറഞ്ഞ വിമർശനങ്ങൾ പൂർണ്ണമായും ഉൾക്കൊള്ളുന്നു.

ഈ തെറ്റുകൾ മേലിൽ ആവർത്തിക്കില്ല.

ഓള് ഗർഭിണിയല്ലേടാ? സലാം ചോദിച്ചു. മുരളി അതേ എന്ന അർത്ഥത്തിൽ തലകുലുക്കി. സലാം തുടർന്നു. ''ആ കുട്ടീനേം ഓളേം സംരക്ഷിക്കണം. എന്തേയി-

ഉം! മുരളി മൂളി.

ഇനി ആർക്കെങ്കിലും അഭിപ്രായം പറയാനുണ്ടോ സലാമ്ക്ക ചോദിച്ചു. സോമൻ എന്ന അൽപം പക്വതയുള്ള സഖാവ് അഭി

പ്രായപ്പെട്ടു.

''സഖാവെ അവള് നമ്മുടെ ഉറച്ച അനുഭാവിയാണ്. മാഷക്കറിയാ ലൊ. ആളൊരു പഞ്ചാലിയാണെങ്കിലും മാഷോടൊക്കെ വല്യ ബഹുമാനമാണ്. മേലിൽ ഈ ബടക്ക് സ്വഭാവവുമായി നടക്കരുതെന്ന് സാറൊരു വാണിങ്ങ് കൊടുക്കണം.

മാഷെ അതുകൊണ്ടൊന്നും കാര്യമില്ല. അവള് പാഞ്ചാലിയല്ല നൂറാലിയാണ്. നൂറാലി! വേലായുധൻ സഖാവ് വാചാലനായി. '' ഈ മുരളി ഒരു പൊട്ടനാ. ഓളടെ പള്ളേലെ കുട്ടി ഇവന്റയാന്നാവിചാരം ഭിഷ്!

ഇനി അതൊരു വിഷയമല്ല. ആ സ്ത്രീ അവളുടെ ഇഷ്ടം പോലെ ജീവിയ്ക്കട്ടെ. അവർക്കവരുടേതായ സ്വാതന്ത്ര്യമുണ്ട്. നമുക്കു നടപ ടിയെടുക്കുവാനവർ പാർട്ടി മെമ്പറൊന്നുമല്ലല്ലോ. ''പിന്നീടുള്ള സം സാരം നിയന്ത്രിക്കുവാൻ ഞാനങ്ങനെ പറഞ്ഞവസാനിപ്പിച്ചു.

ഓഫീസിൽ നിന്നും പുറത്തിറങ്ങവെ പരമുസഖാവ് ഓടിവന്നു പറഞ്ഞു. ''മാഷെ ഇതാ പുറത്തുനിക്കണ്. അമ്മിണി. സഖാവിനെ കാണണംന്ന്.

വരാൻ പറയൂ.

ഞങ്ങൾ ? ലക്ഷ്മണൻ ചോദിച്ചു.'' നിങ്ങൾ-ഞാനൊരൽപം ആ ലോചിച്ചു പറഞ്ഞു. സലാമുക്കായും ലക്ഷ്മണനും നിൽക്ക്. ബാക്കി യെല്ലാവരും പൊയ്ക്കൊളൂ. ഒരു സീനിയർ കോമ്രേഡും ബ്രാഞ്ചു സിക്രട്ടറിയും എൽസിസി സെക്രട്ടറിയും മതി.

ഓഫീസിൽ ഞങ്ങൾ മൂന്നുപേരുമിരുന്നു. അമ്മിണിയോടിരിക്കാൻ പറഞ്ഞു. അവരുടെ കണ്ണു ചുവന്നിരിക്കുന്നു. മുഖത്ത് ഒരൽപം ജാള്യത. ഒരൽപം മാത്രം. കുറച്ചു നേരം ഞങ്ങൾക്കിടയിൽ നിശ്ശബ്ദത തളം കെട്ടി. ഞാൻ സലാമുക്കയോടു പറഞ്ഞു. സഖാവു തുടങ്ങി ക്കോളൂ. സലാമുക്ക പറയാൻ തുടങ്ങി.

''അപ്ലേയ് അമ്മിണ്യേയ് അന്നെക്കുറിച്ച് പല ആക്ഷേപവും കേക്കാ നുണ്ട്. കൊറെയെക്കൊ കണ്ടില്ലാ കേട്ട്ല്ലാ എന്നു വെയ്ക്കാം. ഇപ്പൊ കേക്കണെത് നീയാ മുരളി സഖാവുമായി-അല്ല ഓനെ കെട്ടീനോ കെട്ടി യമാതിരിയാണോ ഒക്കെയാണ്. ഓന്റെ പേരില് അനക്കൊരു കുട്ടി ഉണ്ടാവുന്നു എന്നും കേട്ടു. നമ്മുടെ പാർട്ടി ബ്രാഞ്ചതിർത്തീല് മൊത്തം അന്നേപ്പറ്റി പരാതി ആയിരിക്കണ്. നാറ്റക്കേസ്. അനക്കെന്താ പറയാ ന്ള്ളത്.!

സഖാവ് ചുരുക്കി പറഞ്ഞാൽ മതി. ഞാൻ കുട്ടിച്ചേർത്തു പറഞ്ഞു തുടങ്ങി. തെറ്റുപറ്റാത്തവരായി ആരുമില്ല. പറ്റിയതെറ്റുകൾ തിരുത്തുക യും മേലിലവ ആവർത്തിക്കാതിരിയ്ക്കുകയുമാണ് കമ്യൂണിസ്റ്റു ശൈലി. സഖാവെ, നമ്മളൊക്കെ ഇനിയും കുറേക്കാലം ഈ സമൂഹത്തില് ജീവിയ്ക്കേണ്ടവരല്ലേ...? ഞാൻ തൽക്കാലം നിർത്തി. അമ്മിണി നിശ്ശബ്ദയായി ഇരുന്നുകേട്ടു.

അൽപനേരത്തെ മൂകതയ്ക്കുശേഷം അമ്മിണി നിലത്തു കാൽ

നീട്ടി ഇരുന്നു പറയാൻ തുടങ്ങി. സഖാവുസാറെ, സലാമുക്ക, ലക്ഷ്മണേട്ടാ കേട്ടതൊക്കെ ശരിയാണ്. ഞാനൊരു തൊഴിലാളിപ്പെണ്ണാണ്. അറിയാവുന്ന ഏതു പണിയും ചെയ്യും. സഖാക്കളെ, അമ്മിണി ആരേയും എന്റടുത്തു ഒന്നുവരൂ എന്നു ക്ഷണിച്ചിട്ടില്ല. പിന്നെ വന്നു പോകുന്നവരോട് പണം ആവശ്യപ്പെട്ടിട്ടുമില്ല. പിഴവുപറ്റിയതല്ല സഖാക്കളെ. എന്റെ അമ്മയുടെ രണ്ടാമത്തെ ഭർത്താവാണ്, നിനക്കു ഞാനൊരു സൂത്രം കാണിച്ചുതരാം എന്നു പറഞ്ഞ് എന്നെ പറ്റിച്ചത്. കുഴപ്പമൊന്നും ഉണ്ടായില്ലെങ്കിലും ആ സൂത്രം പിന്നീടെന്റെ ശീലമായി. കളിയാക്കലിലും കമന്റടിക്കലിലും എനിയ്ക്കു ഉളുപ്പുതോന്നാതായി. എന്റെ അടുത്തുവരാൻ ധൈര്യമില്ലാത്തവരാണ് പരിഹസിക്കുന്നവർ.

മുരളി നല്ല സഖാവാണ്, മനസ്സിന്നും ശരീരത്തിനും ഊർജ്ജമുണ്ട്. അവന് പത്മ എന്നൊരു ഭാര്യയും രണ്ടുകുട്ടികളുമുണ്ട്. പത്മ എന്റെ ഫ്രന്റാണ്. ഓളക്ക് ഞങ്ങളുടെ പേരിൽ പരാതിയില്ല. എനിയ്ക്ക് നാൽപതായി വയസ്സ് സഖാക്കളെ, എന്റെ ആരോഗ്യം കുറഞ്ഞുവരികയാണ്. എനിക്കിനിയും ജീവിയ്ക്കേണ്ടേ. സാറ് നമ്മുടെ ഉണ്ണ്യേട്ടന്റെ നാലുകെട്ട് എന്ന നോവല് വായിപ്പിട്ടുല്ലോ. അതില് അപ്പുണ്ണിടെ അമ്മയെപ്പറ്റി മകൻ തന്നെ പറയുന്നുണ്ടല്ലോ. നിലയില്ലാത്ത വെള്ളത്തിൽ മുങ്ങിപ്പൊങ്ങുമ്പോൾ സഹായത്തിനെത്തിയ ഒരു കൈ. ആ കൈ പിടിച്ചുകാണും. അതിലെന്താണു തെറ്റ്. എന്ന്.

''മുരളിസഖാവിനെ എനിക്കഷ്ടമാണ്. ഒരു പാട് ഇഷ്ടം.'' അമ്മിണി വിങ്ങിപ്പൊട്ടി. ഒന്നു തേങ്ങി കരച്ചിലടക്കി.

''അവനും ഞാനുമൊന്നിയ്ക്കുമ്പോൾ ഒരു സമയത്ത് എന്നെ വരിഞ്ഞുമുറുക്കി ചുണ്ടു ചെവിയോടടുപ്പിച്ചു പറയും. പെണ്ണേ നിന്നെ എനിയ്ക്കെന്തിഷ്ടമാണെന്നോ ആ നിമിഷമേതെന്ന് എനിയ്ക്കറിയാം. ആ വാക്ക് ആത്മാർത്ഥമായും അവന്റെ ഉള്ളിന്റെ ഉള്ളിൽ നിന്നും വന്നതാണെന്നു ഞാൻ കരുതുന്നു. ആ നിമിഷത്തെ ഞാൻ മാനിക്കുന്നു. ആ സമയത്ത് ഒരു ദിവസം ഞാൻ പതിവായി കഴിക്കാറുള്ള ലിന്റിയോൾ ഗുളിക അലക്ഷ്യമായി വായിലേയ്ക്കിട്ടപ്പോൾ അറിയാതെ തെറിച്ചുപോയി. ഞാൻ തിരഞ്ഞില്ല. അവൻ എന്നിലലിയുകയായിരുന്നു. ആത്മാർത്ഥമായ ആ നിമിഷത്തിൽ എനിയ്ക്കുണ്ടാകുന്ന കുട്ടി എന്നെ സംരക്ഷിയ്ക്കും. അവർ എന്റെ കാതിൽ പറയും എന്റെ അമ്മെ എനിയ്ക്കെന്ത് ഇഷ്ടമാണെന്നോ!

സഖാക്കളെ ഇനി എനിയ്ക്കൊന്നും പറയാനില്ല. അമ്മിണി എഴുന്നേറ്റ് കണ്ണു തുടച്ചു. മൂക്കുചീറ്റി. കണ്ഠുമുരമ്പി, മുടി അഴിച്ചുകെട്ടി. ഞങ്ങൾ പരിസരം മറന്നിരുന്നു.

നമുക്കു പിരിയാം ലക്ഷ്മണാ ഞാൻ എഴുന്നേറ്റു.

മാഷേ നമുക്കു പോണ്ടേ! ഓട്ടോറിക്ഷയുമായി വന്ന വാസു വിളിച്ചു.

ബ്രാഞ്ചു ചർച്ചയും തീരുമാനങ്ങളും അതുവഴിക്കു നടക്കും. ഇതു ജീവിതമാണ് സഖാക്കളെ. നമുക്കോരോരുത്തർക്കും ഓരോ വഴിയുണ്ട്.

തന്നെ തന്നെ, സലാമുക്ക പറഞ്ഞു. ഇവിടെയൊക്കെ വിധിനിർണ

യിക്കാനും ശരിയും തെറ്റും വിധിക്കാനും നമ്മളാര് സഖാവേ? സമൂഹം ഇങ്ങനെയൊക്കെയല്ലേ.

നമുക്കു വീണ്ടും കാണാം. സ്ട്രീറ്റ് ലൈറ്റിന്റെ നിഴലിലൂടെ നീങ്ങവെ അമ്മിണി കൈവീശി പറഞ്ഞു സഖാക്കളെ ലാൽസലാം.

ധൃതിയിൽ നടന്നുപോയിരുന്ന ഏതോ ഒരാൾ അമ്മിണിയെ നോക്കി ഒന്നുനിന്നു. വീണ്ടും നടന്നുപോയി. വാസു ഓട്ടോറിക്ഷ സ്റ്റാർട്ടു ചെയ്തു.

■